AF741609

பாரதி நினைவுகள்

பாரதி நினைவுகள்

யதுகிரி அம்மாள்

பாரதி புத்தகாலயம்

BHARATHININAIVUGAL
Yathukiri ammal
First Published : September, 2010

Published by

BHARATHI PUTHAKALAYAM
421, Anna Salai,
Teynampet, Chennai - 600 018
Email: thamizhbooks@gmail.com
www.thamizhbooks.com

பாரதி நினைவுகள்
யதுகிரி அம்மாள்
எமது முதற் பதிப்பு: செப்டம்பர், 2010

வெளியீடு

பாரதி புத்தகாலயம்

421, அண்ணாசாலை,
தேனாம்பேட்டை, சென்னை - 600 018
தொலைபேசி : 04424332424, 24332924, 24339024

விற்பனை நிலையம்
7, இளங்கோ சாலை, தேனாம்பேட்டை, சென்னை - 600 018
திருவல்லிக்கேணி: 48, தேரடி தெரு | **திருவான்மியூர்:** 1, 100அடி சாலை, தரமணி
பெரம்பூர்: 52, கூக்ஸ் ரோடு | **ஈரோடு:** 39, ஸ்டேட் பாங்க் சாலை
கோவை: 566, 2 வது தெரு விரிவு, காந்திபுரம் | **திண்டுக்கல்:** 3சி18, எல்.பி.ஜி. காம்பவுண்ட்
நாகை: 1, ஆரியபத்திரபிள்ளை தெரு **திருப்பூர்:** 440, அவினாசி சாலை
திருவாரூர்: 35, நேதாஜி சாலை | **சேலம்:** 1, திருநாவுக்கரசர் தெரு, அத்வைத ஆஸ்ரமம் சாலை
மயிலாடுதுறை: 141, பட்டமங்கலத் தெரு | **அருப்புக்கோட்டை:** 31, அகமுடையார் மகால்
புதுக்கோட்டை: வடக்கு ராஜா வீதி | **மதுரை:** 37A, பெரியார் பேருந்து நிலையம்
மதுரை: சர்வோதயா மெயின்ரோடு, மகபூப்பாளையம்
குன்னூர்: N.K.N வணிகவளாகம் பெட்போர்ட் | **செங்கற்பட்டு:** 1டி., ஜி.எஸ்.டி சாலை
விழுப்புரம்: 261, பவானி தெரு | **திருநெல்வேலி:** 25A, ராஜேந்திரநகர் முதல் தெரு,
கும்பகோணம்: 352, பச்சையப்பன் தெரு | **விருதுநகர்:** 131, கச்சேரி சாலை
வேலூர்: எஸ்.பி. பிளாசா, 264, பேஸ் II, சத்துவாச்சாரி
நெய்வேலி: பேருந்து நிலையம் அருகில், சிஐடியு ஆபிஸ் | **தஞ்சாவூர்:** காந்திஜி வணிக வளாகம் காந்திஜி சாலை (LIC கோட்ட அலுவலகம் எதிரில்) தஞ்சாவூர் - 613001. | **தேனி:** 12,பி, மீனாட்சி அம்மாள் சந்து, இடமால் தெரு | **கடலூர்:** பஜார், ஜீவா மார்க்கெட், பழைய அண்ணா பாலம்

அச்சு : பிரிண்டெக், சென்னை - 5

சமர்ப்பணம்

பாரதியின் தோழராக விளங்கிய என் பிதா
ஸ்ரீ. ஸ்ரீநிவாஸாச்சாரியாரின் திருவடித்
தாமரைகளில் இச்சிறு நூலை
அன்புக் காணிக்கையாக
சமர்ப்பிக்கிறேன்.

– யதுகிரி

பொருளடக்கம்

அறிமுகம்

ஸ்ரீமதி யதுகிரி அம்மாளின் 'பாரதி நினைவுகள்' நூலையும் அதன் ஆசிரியையும் அறிமுகப்படுத்தி வைப்பதென்பது என் மனத்தில் நேர்மாறான இருவித உணர்ச்சிகள் எழும்படி செய்கிறது. பதினைந்து, ஆண்டுகளாக அச்சிடுவாரின்றித் தூங்கிய இந்நூல் இப்போது அச்சு வாகனமேறி வெளியாகிறது என்ற மகிழ்ச்சி ஒருபுறம்; சமீப காலம் வரை உயிருடன் இருந்த ஆசிரியை நூல் வெளியாகும் சமயம், தமது அபிலாஷை பூர்த்தியாகும் சமயம் உயிருடன் இல்லையே என்ற துயரம் ஒருபுறம். ஸ்ரீமதி யதுகிரி அம்மாள், இந்நூல் வெளி வருவதற்கான எல்லா ஏற்பாடுகளையும் செய்துவிட்டு, "வரும் பாரதி தினத்தன்று நூல் வெளிவந்து விடும்!" என்று திருப்தியுடன் கூறியவண்ணம் சென்ற ஆகஸ்ட் இரண்டாம் தேதி காலமானார். பல வருஷங்களாக நோயுற்று வருந்திய அவர் இந்நூலின் பிரசுர ஏற்பாடுகளைப் பூர்த்தி செய்யவே காத்திருந்தார் போலும்!

1904-ஆம் வருஷம் 'சுதேசமித்திரன்' உதவியாசிரியராகச் சென்னை வந்த பாரதியார் இரண்டே ஆண்டுகளில் 'இந்தியா' என்ற தீவிரத் தமிழ் வாரப் பத்திரிகையின் ஆசிரிய பீடத்தில் அமர்ந்துவிட்டார். 'இந்தியா' பத்திரிகை சென்னை ஜனசங்கம் என்ற இளைஞர் குழாத்தின் இடி முழக்கம். திலகரைத் தலைவராகக் கொண்ட இந்த வீர இளைஞர்களில் பாரதி, வ.உ.சி., மண்டயம் ஸ்ரீ. ஸ்ரீநிவாஸாச்சாரி, எஸ். துரைசாமி ஐயர் முதலியோர் முக்கியமானவர்கள். மண்டயம் குடும்பத்தார்கள்தான் 'இந்தியா' பத்திரிகையைப் பணம் போட்டு நடத்தி வந்தார்கள். 'இந்தியா'வின் அனல் கக்கும் கட்டுரைகளும், தட்டியெழுப்பும் தலையங்கங்களும், பிரிட்டிஷாரும் அவர்களுக்கு வால் பிடித்தவர்களும் வெட்கித் தலைகுனியும்படி கேலி செய்த கார்ட்டூன் சித்திரங்களும் தமிழ் நாட்டின் அரசியலில் ஒரு பெரும் புரட்சியை உண்டாக்கின.

1908 -ஆம் ஆண்டில் பாரதியாரைக் கைது செய்து விடுவார்கள் என்ற கவலை இருந்தது. ஒருநாள் 'இந்தியாவின் ஆசிரிய'ரைக் கைது செய்ய வாரண்டுடன் போலீசார் அப்பத்திரிகையின் காரியாலயத்துக்கு வந்தும் விட்டார்கள். ஆனால், எதிர்பாராத விதமாக பாரதியார் தப்பினார். சட்டப்படி பெயர் கொடுக்கப்பட்டிருந்த ஆசிரியர் அவர் அல்ல; ஆதலால், உண்மையில் தம்மை நாடிவந்த போலீஸாரிடமிருந்து அநாயாசமாய் அவர் தப்பிச் செல்ல முடிந்தது! 'இந்தியாவின் ஆசிரியர்'எம். ஸ்ரீநிவாஸன் கைதானார். தண்டனையும் பெற்றார்.

இந்தச் சம்பவத்துக்குப் பின் பாரதியாருக்கே வாரண்டு எந்த நாளும் வரும் என்ற நிலைமை ஏற்பட்டுவிட்டது. இளைஞர்கள் கூடி ஆலோசித்தனர். பாரதியார் சென்னையில் இருந்து அகப்பட்டுக் கொள்வதைவிடப் புதுச்சேரிக்குப் போய் அங்கிருந்து கொண்டு தாய் நாட்டு விடுதலைக்காக உழைக்கலாம் என்று தீர்மானித்தார்.

அதன்படியே, சென்னைப் போலீஸாரின் கண்ணில் மண்ணைத் தூவிவிட்டு பாரதியார் புதுவை போய்ச் சேர்ந்தார். பாரதியார் புதுவையயடைந்த சில வாரங்களுக்கெல்லாம் மண்டயம் ஸ்ரீநிவாஸாச்சாரியாரும் புதுவை போய்ச் சேர்ந்தார்; அவர் பின்னே 'இந்தியா' அச்சகமும் அந்நகரத்துக்குப் போய்விட்டது! சில வாரங்கள் ஓய்ந்திருந்த 'இந்தியா' புதுவையிலிருந்து புதுத் தெம்புடன் முழங்கத் தொடங்கிற்று. பிரிட்டிஷ் இந்தியாவில் இடமற்ற தேச பக்தர்கள் பிரெஞ்சு இந்தியாவில் இருந்து கொண்டு தேச விடுதலைக்கு உழைக்க முடியும் என்று பாரதி ஸ்தாபித்த யுக்தி, அதற்குப் பின் இரண்டு பெரிய அரசியல் தலைவர்களுக்கு - அரவிந்த் கோஷுக்கும் வ.வே.ஸு அய்யருக்கும் - வழிகாட்டியாயிற்று.

புதுவையில் அடைக்கலம் புகுந்த தேச பக்தர்களிடையே நிலவிய ஒற்றுமை அவர்களது குடும்பங்களிடையேயும் நிலவியதில் வியப்பில்லை. பாரதியாரின் குடும்பத்துக்கு உறுதுணை ஸ்ரீநிவாஸாச்சாரியாரின் குடும்பம்; ஸ்ரீநிவாஸாச்சாரியாரின் குடும்பத்துக்கு உறுதுணை பாரதியாரின் குடும்பம். வ.வே.ஸு அய்யர் புதுவை வந்த பின், பாரதி, ஆச்சாரியார் குடும்பங்களுக்குப் புதியதோர் துணை கிடைத்தது ஐயர் குடும்பத்தில்.

அக்காலத்தில் வாழ்க்கையை விவரிக்கையில், வ.வே.ஸு அய்யரின் மனைவி ஸ்ரீமதி பாக்கியலஷ்மி அம்மாள், "பாரதியின் மனைவி செல்லம்மாளும் எங்களுக்குப் பழக்கமான பிறகு, பாரதி, ஸ்ரீநிவாஸாச்சாரியார், ஐயர் மூன்று வீட்டுக்காரர்களும் ஒரே குடும்பம் போலப் பழகினோம். நாங்கள் எல்லோரும் அநேகமாய்த் தினம் கடற்கரைக்குப் போவோம். பாரதி அங்கு கடலையும் வானத்தையும் கண்டு தம்மை மறந்து பாட ஆரம்பித்து விடுவார்" என்று கூறியுள்ளார்.

வாசகர்கள் முன் உள்ள இந்த 'பாரதி நினைவுகள்' நூலை எழுதிய ஸ்ரீமதி யதுகிரி அம்மாள் மண்டயம் ஸ்ரீ.ஸ்ரீநிவாஸாச்சாரியாரின் மூத்த புதல்வி. புதுவையில் பாரதியார் இருந்த சமயம் சிறுமியாக இருந்தவர், பாரதியாருடன் பல்லாண்டுகள் நெருங்கிப் பழகி, அவரது அன்புக்குப் பாத்திரமாகும் பேறு பெற்றிருந்தவர். தமது சிறு வயதில் பாரதியாரைத் தாம் அறிந்த வகையில் கவிஞரை நமக்கு விவரிக்கிறார் ஸ்ரீமதி யதுகிரி அம்மாள். பாரதியாரின் அரசியல் நண்பர் வ.உ.சி.யும் எழுத்துத் துறை சிஷ்யர்கள் வ.ரா. பாரதிதாசன் இருவரும், மனைவி செல்லம்மாளும், புதல்வி தங்கம்மாளும் தத்தம் கோணங்களிலிருந்து தாங்கள் கண்ட

பாரதியை ஏற்கனவே விவரித்திருக்கிறார்கள். பாரதியின் அன்புக்குப் பாத்திரமான ஒரு சிறுமி என்ற கோணத்திலிருந்து பாரதியை ஒரு மனிதராக, குடும்பத் தலைவராக நம் முன் கொணர்ந்து நிறுத்துகிறார் ஸ்ரீமதி யதுகிரி அம்மாள். இதில் அவர் கையாளும் 'வீட்டு நடை' அவரது நூலுக்கு ஒரு தனிச்சுவை அளிக்கிறது.

மேதையை வைரத்தின் ஜொலிப்புக்கு ஒப்பிடலாம். ஆயிரம் திசைகளில் ஆயிரம் ஒளிக்கதிர்கள் வீசும் மேதா விலாசத்தை ஒருவரே முழுதும் காண்பது கடினம். ஒவ்வொரு வரும் தமது திக்கில் தமக்குத் தோன்றிய வர்ண ஜாலத்தை அனுபவித்துப் புகழ்வது சகஜம். சில சமயம் தாங்கள் கண்டதே உண்மை என்று அவரவர்கள் சாதிப்பதும் உண்டு. அவர்கள் கண்டது உண்மையாகவே இருக்கலாம்; ஆனால் அதற்கு நேர்மாறான திக்கிலிருந்து வேறொருவர் கண்ட நேர்மாறான காட்சியும் உண்மையாகவே இருக்கலாமல்லவா! மேதையின், முழுச் செறிவையும் அறிய வேண்டுமானால், பல்வேறு திக்கிலிருந்து பல்வேறு பேர் அளிக்கும் பலவித வர்ணனைகளையும் ஒருங்கு சேர்த்துப் பார்க்க வேண்டும். அப்படிக் கிடைக்கும் பரிபூரணமான உருவத்திலிருந்து தான் உண்மையை அறிய முடியும். பாரதியாரின் புதுவை வாழ்வில் சுமார் 1912 முதல் 1918 வரையில் நடைபெற்ற பல அரிய விஷயங்களை ஸ்ரீமதி யதுகிரி அம்மாள் இந்நூலில் தொகுத்து அளித்திருக்கிறார். பாரதியாரின் பரிபூரணமான வாழ்க்கை வரலாறு வெளியாவதற்கு ஸ்ரீமதி யதுகிரி அம்மாளின் இந்நூல் தன்னளவு உதவியைச் செய்கிறது.

துரதிருஷ்டவசமாக இந்நூலாசிரியையை நாம் இழந்து விட்டோமென்றாலும், நமது அதிர்ஷ்டவசமாக, பாரதியாரைத் தோழராகவும் தமது பத்திரிகையின் ஆசிரியராகவும் அறிந்துள்ள முது கிழவர் மண்டயம் ஸ்ரீ. ஸ்ரீநிவாஸாச்சாரியார் இன்னும் உயிர் வாழ்கிறார். இப்பெருந் தலைவர் தற்சமயம் டெல்லியில், தமது குமாரருடன் இருந்து வருகிறார். மற்றொரு பாரதி தோழர் ஸ்ரீ. பரலி. சு. நெல்லையப்பரும் நம்மிடையே வாழ்கிறார். இவ்விரு பெரியார்களும் ஸ்ரீ. எஸ். துரைசாமி ஐயரும் தாங்கள் கண்ட பாரதியை விவரிக்கச் செய்து, புத்தகமாக வெளியிட்டு, தமிழ் மக்கள் அந்நூல்களின் பயனை அடையும்படி செய்தல் பாரதி அன்பர்களின் முதற் கடமையென நினைக்கிறேன்.

ஏனெனில், இவ்வாறு பல்வேறு கோணத்தமைந்த பலவித வாழ்க்கை, விவரங்களும் வெளியாகிவிட்டால், பரிபூரணமான பாரதி வாழ்க்கைச் சரிதம் வெளியாகும் நாள் அதிக தொலைவில் இராது!

சென்னை

3-09-54 ரா. அ. பத்மநாபன்

முன்னுரை

உலகத்தில் மனிதனுக்குத் தன் குழந்தையிடமும், அடுத்தபடி சிஷ்யர்களிடமும் அன்பு அதிகம். இவர்களிடத்தில் தன்னையும் மறந்து அவன் காட்டும் அன்பு கட்டுக்கு அடங்காதது.

சுமார் நாற்பது வருஷங்களுக்கு முன் புதுச்சேரியில் பாரதியாரின் 'சிஷ்யை'யாகவும் அபிமான புத்திரியாகவும் இருக்கும் பாக்கியம் எனக்கு இருந்தது. இதைச் சொல்லிக் கொள்வதில் எனக்கு இப்போது என்னையறியாமல் ஒரு பெருமிதம் உண்டாகிறது.

புதுச்சேரியில் தேசபக்தர்கள் குழாத்துக்கு 'சுதேசிகள்' என்று அக்காலத்தில் பொதுவான பெயர். அக்காலத்தில் நாட்டு விடுதலைக்காக சுயமாகவோ, நிர்ப்பந்தமாகவோ புதுச்சேரியில் வனவாசம் செய்துவந்த தேசபக்தர்களில், கவியரசர் பாரதியார், ஸ்ரீ வ.வே.ஸு அய்யர், ஸ்ரீ அரவிந்த கோஷ், பாரதியாரின் 'இந்தியா' பத்திரிகையை நடத்தியவர்களான என் தகப்பனார் ஸ்ரீ ஸ்ரீநிவாஸாச்சாரியார், ஸ்ரீதிருமலாச்சாரியார் முதலியோர் முக்கியமானவர்கள். மற்றும் பல தேசபக்தர்கள் புதுவைக்கு வந்தும் போய்க் கொண்டுமிருப்பார்கள்.

பாரதியாருக்கும் என் தந்தையாருக்கும் சென்னை முதலே நெருங்கிய உறவு உண்டு. அதேபோல, பாரதியாரின் குடும்பத்துடனும் எங்கள் குடும்பம் பழகியது. பாரதியார் அடிக்கடி எங்கள் வீட்டுக்கு வந்துவிடுவார். எந்தக் கவிதையானாலும் பாட்டானாலும் தாம் கவனம் செய்தவுடன் பாடிக் காட்டி ஆனந்தப்படுவார்:

1

ஏலேலோ பாட்டு

ஸ்ரீ பாரதியாருக்குச் சங்கீதக் கச்சேரிகளைக் காட்டிலும் பாம்பாட்டி, வண்ணான், நெல் குத்தும் பெண்கள், செம்படவர்கள், உழவர் இவர்களுடைய நாடோடிப் பாட்டுக்கள் என்றால் மிகவும் இஷ்டம்.

ஒரு நாள் மாலை புதுச்சேரிக் கடற்கரையில் எங்கள் வீட்டுக் குழந்தைகள் நாங்கள் ஆறுபேர், ஸ்ரீமதி செல்லம்மா; பாரதியார் ஆக எட்டுப் பேரும் வேடிக்கையாகப் பேசிக் கொண்டிருந்தோம். செம்படவர்கள் மீன்களை நிரப்பிக்கொண்டு சந்தோஷமாகப் பாடியபடி தோணியைக் கரையேற்றிக் கொண்டிருந்தார்கள். எங்களோடு பேசிக் கொண்டிருந்த பாரதியார் அவர்களுடைய பாட்டுக்குச் 'சபாஷ்' சொல்ல ஆரம்பித்தார். நான், "இது என்ன வேடிக்கை!" அவர்கள் அர்த்தம், ராகம் ஒன்றும் இல்லாமல் பாடும் பாட்டை நீர் இவ்வளவு மெச்சுகிறீரே! எங்களுக்கு ஒன்றுமே புரிகிறதில்லை" என்றேன்.

செல்லம்மா:- "அவர் சுபாவம் உனக்குத் தெரியாதா? வீதியில் மாரியம்மன் எடுத்துக் கொண்டு உடுக்கை அடிப்பவன் வந்தால் இவர் கூத்தாடுகிறார். தன் நினைவே கிடையாது. இப்போது சாயங்கால வேளை கடற்கரை அலைகளின் ஒலி. இதோடு தாளம் போடும் அர்த்தமில்லாத பாட்டு. கேட்க வேண்டுமா?"

உடனே பாரதி எழுந்தார். ஒரு பென்சில், காகிதம் எடுத்துக் கொண்டு அந்தச் செம்படவர்களிடம் போனார்.

அங்கே இருந்த ஒரு கிழவனை அவர்கள் பாடும் பாட்டை அடி அடியாகச் சொல்லும்படி சொன்னார். அதில் இருக்கும் பிழைகளைத் திருத்தி எழுதிக்கொண்டு எங்களிடம் வந்தார். "நீங்கள் எல்லாரும் என்னைக் கேலி செய்கிறீர்களே; பிரபஞ்சத்தின் அடிப்படையை அந்தச் செம்படவன் எனக்கு உபதேசம் பண்ணினான்" என்றார் பாரதியார்.

செல்:-"ஆகா! நீங்கள் பறையன் முதல் செம்படவன் வரையில் எல்லாருக்கும் சிஷ்யர்தாம். முதல் தெய்வமாகிற மடத்துக் குருவுக்கு மாத்திரம் சிஷ்யர் அல்ல!

பாரதி:-இதோ பார், செல்லம்மா, அர்த்தமில்லாத மூட வழக்கத்தை எனக்குச் சொல்லாதே. இந்தச் சாரமில்லாத, உண்மையல்லாத விஷயங்களை என் உயிர் போனாலும் நம்ப மாட்டேன். செம்படவன் அவன் தொழில் செய்தாலும் அவன் உயிரும் என் உயிரும் ஒன்றே".

நடுவில் நான், 'இதென்ன, வேடிக்கை வினையாய் முடியும் போல் இருக்கிறதே! செம்படவர் பாட்டின் பொருளையும் பாட்டின் அழகையும் எங்களுக்குச் சொல்லும்' என்றேன்.

தாம் எழுதி வந்த காகிதத்தை வைத்துக்கொண்டு பாட ஆரம்பித்தார் பாரதியார். அரைமணி காலம் கடந்து போய்விட்டது. எல்லோரும் தன்னை மறந்த லயத்தில் இருந்தோம். அவர் பாடின மெட்டு, கஷ்டமில்லாமல் பாடியது இப்பொழுதும் என் காதில் ஒலிக்கிறது.

அவர் பாடி முடிந்தவுடன் என் அண்ணன், "அதன் அர்த்தத்தை எங்களுக்குச் சொல்லவேயில்லையே மணி எட்டாகிறது. புறப்படுவதற்கு முன் இதன் பொருளைச் சொல்லும்" என்றான். பாட்டின் அழகில் முழுகிப் போன ஏலேலோ! பாட்டு.

எங்களுக்கு அப்பொழுதுதான் காலத்தைப் பற்றின நினைவு வந்தது.

பாரதி:- சாமி, உலகம் உண்டாவதற்கு முன் என்ன இருந்தது, சொல்லு பார்ப்போம்!

சாமி:- நாங்கள் உம்மைக் கேட்டால் எங்களையே நீர் கேட்கிறீரே! எனக்கு என்ன தெரியும்?

பாரதி:- நான் குரு மட்டுமல்ல; சிஷ்யன். குரு இரண்டுமாக இருக்கும் ஒரு பைத்தியம். நானே எல்லாம் சொல்லி விட்டால் உனக்குத் தெரிந்த விஷயத்தை நான் அறிவது எப்படி?

நான்:- பூமி இருப்பதற்கு முன் ஜலம் இருந்ததாக நாலாயிரத்தில் இருக்கிறது. அதில் ஆலிலை மேல் எங்கள் பெருமாள் இருந்தாராம்.

பாரதி:- நன்றாகப் போட்டாயே! உங்கள் பெருமாள் வேறு, எங்கள் பெருமாள் வேறா? இன்னும் பழைய பித்து விடவில்லையா?

நான்:- நான் இன்னும் சின்னவள். எனக்கு அவ்வளவு அறிவு கிடையாது. இப்படியே போது ஆகிவிடுகிறது. பாட்டிற்கு அர்த்தம் சொல்லும்.

நான் அவருடைய சட்டையைப் பிடித்து இழுக்க ஆரம்பித்தேன்.

பாரதி:- முதலில் ஜலத்தில் ஆதி புருஷனானவர் தாமே மீனாக அவதாரம் செய்தார். பிறகு ஆமையாகப் பிறந்து நிலத்திலும் நீரிலும் வாழும் ஜந்துவாக இருந்தாராம். பன்றியாக மாறி நிலத்தில் அதிகமாகவும் நீரில் குறைவாகவும் இருந்தாராம். நரசிங்கமாக மாறிப் பாதி காட்டு மிருகமாகவும் பாதி மனித உருவாகவும் இருந்தாராம். இந்த மிருகத் தன்மையில் எவ்வளவு நியாயம் இருக்கிறது என்பதை முதல் தரமாக வருணித்திருக்கிறார்கள் ஏலேலோ பாட்டில்,. பாரதமாம், புராணமாம், பாட்டுக் கச்சேரியாம்! அனுபவிக்கத் தெரியாத குழந்தைகள்.

செல்:- ஏன்... நிறுத்துதிவிட்டீர்கள்? மேலே சொல்லுங்கள்.

பாரதி:- வந்தாயா வழிக்கு! பாட்டு இப்போது பிடித்ததா? என்னைக் கேலி செய்தாயே!

செல்:- இதெல்லாம் எனக்குத் தெரியுமா? அவர்களுடைய வார்த்தையில் ஒன்றுமே தெரிகிறதில்லை.

பாரதி:- கவனித்துக் கேட்டால் தெரியும்... அப்புறம் மகாவிஷ்ணு குள்ளனாகப் பிறந்து மனிதர்களுக்கு மூலபுருஷன் ஆனாராம். மனிதன் உண்டான பிறகு ஒரு சட்டமாக நடக்க வேண்டுமே! ஸ்ரீ ராமனாகப் பிறந்து தர்மங்களை நடத்திக் காட்டினாராம். பிறகு வெறும் சப்பை நீதியில் சாரம் குறைவு என்று கிருஷ்ணனாகப் பிறந்து சமயத்துக்குத் தக்கபடி நடக்கும் யுக்திகளையும், தர்மங்களையும், உலக நீதிகளையும், தாமாகவும் அர்ஜுனன் மூலமாகவும் வெளிப்படுத்தினார். புத்தனாகப் பிறந்து துறவு, அஹிம்சையை எடுத்துக் காட்டினார். கல்கியாகப் பிறந்து எல்லா மதங்களையும் ஒன்றாகக் கலக்கப் போகிறார். அதை நாம் பார்க்க மாட்டோம்; நம் குழந்தைகள் ஒருவேளை பார்க்கலாம். இதுதான் பாட்டின் அர்த்தம்.

செல்:- இதென்ன, சிவனுடைய பெயரே இல்லையா?

நான்:- விஷ்ணுதான் பத்து அவதாரம் எடுத்தார். அவர் தாம் மூல புருஷர்.

பாரதி:- சிவனாவது, விஷ்ணுவாவது? எல்லோரும் ஒன்றே. நீ சிவன் என்கிறாய்; யதுகிரி விஷ்ணு என்கிறாள்; நான் எல்லோரும் ஒன்று என்கிறேன். நேரமாகிறது! புறப்படுங்கள் போகலாம்.

பாரதியார் எழுந்தார். நாங்களும் எழுந்தோம். பேசிக்கொண்டே சென்றோம்.

இந்தச் சம்பவம் நடந்து எத்தனையோ வருஷங்கள் ஆகிவிட்டன. ஆயினும் என் மனக்கண் முன் இப்போதுதான் நடப்பது போல் நான் பகற்கனவு காண்பதுண்டு.

2

விட்டு விடுதலையாகி

ஒரு வெள்ளிக்கிழமை சாயங்கால வேளையில் சுவாமிநாத தீட்சிதரின் பெண் மீனாவும் நானும் ஈசுவரன் தர்மராஜா கோயில் தெருவில் இருக்கும் பாரதியாரின் வீட்டிற்குப் போனோம். எப்போதும் போல் செல்லம்மாள் கலகலப்பாக இருக்கவில்லை. மாதக் கடைசி.

நாங்கள் எல்லோரும் சாதாரணமாகப் பேசிக் கொண்டிருந்தோம். மணி ஆறு ஆனதும் மீனா வீட்டிற்குப் போய் விட்டாள். பின்னர் பாரதியாரும் வெளியே போய்விட்டார். வீட்டில் இருந்தவர்கள் நானும் செல்லம்மாவுமே. இருவரும் சிறிது நேரம் பேசாமலே இருந்தோம். ஐந்து நிமிஷம் பொறுத்துப் பேச ஆரம்பித்தேன்.

நான்:- செல்லம்மா, உடம்பு சரியாக இல்லையா? எப்படியோ இருக்கிறீரே?

செல்:- உடம்புக்கு ஒன்றும் இல்லை யதுகிரி, மனத்திலே புழு அரிப்பதைப் போல் அரிக்கிறது. யாரிடமாவது சொன்னால்தான் இம்சை தீரும் போல் இருக்கிறது. நீ குழந்தை. உன்னிடம் சொல்லி என்ன பிரயோசனம்?

நான்:- பரவாயில்லை, என்னவென்று சொல்லுமே. நான் பாரதியாரைக் கேட்கிறேன். பெண்கள் விடுதலையை வாயால் கொண்டாடுகிறீரே; காரியத்தில் இப்படிப் பண்ணலாமா? என்று கேட்டு விடுகிறேன்.

செல்லம்மா சொன்னார்:- "ஐயோ, குழந்தை! உன் உள்ளம் ஒன்றும் அறியாது. இப்போது மாதக் கடைசி. போன மாசப் பாக்கியைப் பால்காரனுக்கு இன்னும் கொடுக்கவில்லை. அவன் நேற்று வந்து கேட்டான். வருகிற மாசம் கொடுப்பதாகச் சொன்னேன். அவன் முடியாது என்றான். நான் ஏதோ சமாதானம் சொல்லி அனுப்பினேன்.

"இவர் பார். இன்றைக்குச் 'சுதேசமித்திரன்' பத்திரிகைக்கு அனுப்ப வேண்டிய கட்டுரையை அனுப்பவே இல்லை. அவன் எப்படிப் பணம் அனுப்புவான்? இன்று காலையிலே குளித்து, காப்பி குடித்து, வெற்றிலை பாக்கு எல்லாம் கிரமமாக ஆனபிறகு எவ்வளவோ சொல்லி மேஜை மேல் காகிதம், பேனா, இங்கி புட்டி எல்லாவற்றையும் கொண்டுபோய் வைத்துவிட்டு, அரிசியைப் பொறுக்கி வைத்தேன். பிறகு மடி உடுத்திக் கொள்ளப் போனேன். இவருக்கு எழுத

முடியவில்லை. முறத்தில் இருந்த அரிசியில் ஒரு பங்கை எடுத்து முற்றத்தில் இறைத்துவிட்டு அதைத் தின்ன வரும் குருவிகளைக் கண்டு பாடிக் கொண்டிருந்தார்.

'அரிசியைக் களைந்து உலையில் போடுவதற்காக வெளியில் வந்து பார்க்கிறேன். அரிசியில் கால் பங்கு இல்லை. எனக்கு அழுகை வந்துவிட்டது. இதைப் பார்த்த அவர், 'வா செல்லம்மா, இந்தக் குருவிகளைப் பார்! எவ்வளவு சந்தோஷமாக இருக்கின்றன! நாமும் அதைப் போல ஏன் இருக்கக் கூடாது? நீயும் சதா தொந்தரவு செய்கிறாய்; நானும் எப்பொழுதும் எரிந்து விழுகிறேன். நமக்கு இந்தக் குருவிகள் ஒற்றுமை கற்றுக் கொடுக்கின்றன. நாம் அதைக் கவனியாமல் கண்ணை மூடிக் கொண்டிருக்கிறோம். நம்மைக் காட்டிலும் மூடர்கள் உண்டா?" என்றார்.

எனக்குப் பொறுக்கவில்லை. 'என் கோபத்தை ஏன் கிளப்புகிறீர்கள்? குழந்தைகள் அண்ணியம்மா (பொன்னு முருகேசம் பிள்ளையின் மனைவி) வீட்டிலிருந்து வருகிற பொறுக்கின அரிசியைக் குருவிக்குப் போட்டு விட்டீர்களே? திரும்பப் பொறுக்கப் பத்து நிமிஷம் ஆகும். உங்களுக்குப் பணம் வர இன்னும் எவ்வளவு நாள் ஆகுமோ! நீங்களோ இன்னும் கட்டுரை எழுதியாகவில்லை. பால்காரன் மானத்தை வாங்குகிறான். வேலைக்காரி இரண்டு நாளாய் வரவே இல்லை. நீங்கள் இதை யோசிக்க வேண்டாமா? என்னைக் குருவியைப் போல் சந்தோஷமாக இரு என்கிறீர்களே. கடவுளுக்குக் கண்ணே இல்லை. இந்தக் குழந்தைகளைக் கொடுத்து வதைக்கிறார்' என்று சொல்லிக் கொண்டே போய் ஒரு விதமாகச் சமையல் வேலையைச் செய்து முடித்தேன்.

"வெளியே வந்தால் இவர் சகுந்தலா பாப்பாவுக்கு 'விட்டு விடுதலையாகி' என்று துவங்கும் பாட்டைப் பாடிக் காட்டிக் கொண்டிருக்கிறார். குழந்தை சந்தோஷத்தால் குதிக்கிறாள்! இவர் பாட்டு ஆனந்தத்தால் மெய்மறந்திருக்கிறார். குருவிகளோ அரிசியைக் கொத்தித் தின்ற வண்ணமாய் இருக்கின்றன. தங்கம்மா பேசாமல் உட்கார்ந்திருக்கிறாள்.

"இந்த வீட்டில் எல்லோரும் சந்தோஷமாக இருக்கும்போது நம்மால் ஏன் நிம்மதி கெட வேணும்?" என்று நானும் உட்கார்ந்து விட்டேன்.

"ஆட்டம், பாட்டு எல்லாம் முடியப் பன்னிரண்டு மணி ஆயிற்று. சகுந்தலா, 'அப்பா, பசிக்கிறது, வா, சாப்பிடலாம்" என்றது. அவரும் எழுந்து வந்து பேசாமல் சாப்பிட உட்கார்ந்தார். 'என்னைப் பார்த்து, 'செல்லம்மா, இன்னும் கோபம் போகவில்லையா? இதோ பார், இந்தக் குருவிப் பாட்டையே அனுப்பப் போகிறேன். முதல் தேதி உன் கையில் பணம் வந்து விடும், பயப்படாதே' என்றார்.

"அவர் நல்லவர். கள்ளம், கபடு இல்லை. கையில் இருந்தால் வஞ்சகம் இல்லை. ஆனால் அவர் சரியாகக் கட்டுரை அனுப்பாவிட்டால் பத்திரிகைக்காரன் சும்மா பணம் அனுப்புவானா? அதுதான் எனக்குப் பிடிக்கிறதில்லை".

நான் ஒரு பதிலும் சொல்லவில்லை. என்னால் என்ன சொல்ல முடியும்? ஆனாலும் சமாதானமாக, "இன்றைக்குத் தபாலில் ஒன்று போயிருக்கிறதே! பாட்டானால் என்ன, கட்டுரையானால் என்ன?" என்றேன்.

"நீயும் அவருக்குச் சரியான பெண்தான்! அவர் எதைச் செய்தாலும் 'சரி' என்று சொல்வாய். உன்னிடம் சொல்லியதால் கொஞ்சம் இம்சை குறைந்தது அதுவே போதும்" என்றார் அந்த உத்தமி.

பாரதி வந்தார்.

பாரதி:- யதுகிரி, இன்றைக்குச் புதிய பாட்டுப் பண்ணியிருக்கிறேன், பார்த்தாயா?

நான்:- இல்லை, செல்லம்மா சொன்னார். எங்கே காட்டும்?

பாரதி மேஜையிலிருந்து பேப்பரை எடுத்தார்.

செல்:- உங்கள் வாயிலிருந்து வரும் ஒவ்வொரு பதத்தையும் யதுகிரி அப்படியே பொறுக்கி விடுகிறாள். உலகம் தெரியாத குழந்தை! காலையில் நடந்ததைச் சொன்னேன். 'பாட்டானால் என்ன, கட்டுரையானால் என்ன?' என்று சொல்கிறாள்!

பாரதி:- அவள் சொல்வது மிகவும் சரி. இப்போது நான் சொல்வது உனக்கு ருசிக்காது. இதோ பார், யதுகிரி; நான் பார்க்கிறேனோ இல்லையோ நீ கட்டாயம் பார்ப்பாய். இந்தச் சின்னச் சின்னப் பாட்டுக்கள் எல்லோராலும் புகழப்படுவதையும் துதிக்கப்படுவதையும் பார்க்கவே போகிறாய். இன்னும் தமிழுலகம் கண் திறக்கவில்லை. திறந்தாலும் குழந்தைப் பருவத்தில் இருக்கிறது.

இப்படிச் சொல்லிவிட்டு, "இந்தா, பாட்டு எழுதிய காகிதம்' என்று என்னிடம் காகிதத்தைக் கொடுத்துவிட்டு ஒருமுறை பாடியும் காண்பித்தார்.

இந்தப் பாட்டின் முதல் சரணத்தின் கடைசி அடி நான் மனனம் செய்தது. 'வான ஒளியின் மதுவின் சுவையுண்டு' என்று. அச்சில் வெளிவந்திருப்பது. 'வானொளி' யென்னு மதுவின் சுவையுண்டு' என்று இருக்கிறது, ஒருவேளை பாரதியே பிற்பாடு மாற்றியிருக்கலாம்.

3

பாரத தேசம் என்று பெயர் சொல்லுவார்

புதுச்சேரியில் 'சுதேசி'களெல்லாம் ஞாயிற்றுக்கிழமை சமுத்திர ஸ்நானத்துக்குப் போவது வழக்கம். காலை ஏழு மணிக்குப் போனால் பத்து மணிக்குத் திரும்புவோம். என் தகப்பனார், பாரதியார், ஐயர், திருமலாச்சாரியார் முதலியோரைத் தவிர நாகசாமி என்ற ஒருவரும் எங்களுடன் வருவார். நாகசாமி, முதலில், பாரதியை ஆசிரியராகக் கொண்டு என் தகப்பனார் நடத்திய 'இந்தியா' வாரப் பத்திரிகையின் காரியாலயத்தில் இருந்தார். ஐயர் புதுவைக்கு வந்த பிறகு அவருடன் அவர் வீட்டில் இருந்தார்.[1]

பெரியவர்களுடன் குழந்தைகளான நாங்கள் நாலைந்து பேருமாகப் புறப்படுவோம். எங்களுக்கு ஒரு பர்லாங்கு தூரத்தில் 'உடுப்பு இல்லாத போலீஸ்காரர்கள் ஐந்து பேர் வருவார்கள். இப்படி ஒரு நாள் நாங்கள் போய்க் கொண்டிருக்கையில் கெளர்ள வீதியில் ஒரு பாம்பாட்டி நிலத்தில் ஒரு பாம்பை விட்டு வேடிக்கை காட்டிக் கொண்டிருந்தான். வெள்ளைக்காரன் ஒருவனது வீட்டு வேலைக்காரன் அவனுக்குக் காலணா போட்டுவிட்டுப் போகச் சொல்லிக் கொண்டிருந்தான். "பாம்புக்குப் பால் வார்க்கக் காலணா ஆச்சு. எனக்கு ஒரு பிடி அரிசி போடு துரையே!" என்று பாம்பாட்டி கத்தினான். இந்தச் சமயம் நாங்கள் அந்த இடத்தை நெருங்கினோம்.

எங்களைக் கண்டதும் பாம்பாட்டி மறுபடி குழலை ஊத ஆரம்பித்தான். பாம்பும் சந்தோஷமாக ஆடிற்று. நாங்கள் எல்லோரும் நிற்காமல் போவதைக் கண்ட பாம்பாட்டி, "ஐயா தர்மவான்களே! குளிர் தடுக்க முடியவில்லை. சாதம் கண்டு இரண்டு நாள் ஆயிற்று கண் இருண்டு வருது. புண்ணியம் உண்டு!" என்று கெஞ்சினான்.

எங்கள் தாய், "சமுத்திரம் ராஜா, வெறுங்கையுடன் போய் அதில் குளிக்கக் கூடாது' என்று எங்கள் ஒவ்வொருவர் கையிலும் ஒரு மஞ்சள் பொட்டணமும் காலணா காசும் கொடுத்திருந்தாள். என் அண்ணன் தன் காலணாவைப் பாம்பாட்டிக்குப் போட்டான். என் கையிலும் காசு இருப்பதைப் பார்த்த பாம்பாட்டி, "அம்மா, அதையும் கொடேன். காலணா இட்லி வாங்கிச் சாப்பிடுகிறேன்" என்றான். நான், 'இல்லை. அதைச் சமுத்திரத்தில் போடும்படி எங்கள் அம்மா சொல்லியிருக்கிறாள்" என்று சொல்லி விட்டு முன்னால் நடந்தேன்.

எல்லாருக்கும் முன்னால் வந்து கொண்டிருந்த பாரதியாருக்கு என்ன தோன்றியதோ, மேல் வேஷ்டியை அரையில் உடுத்துக் கொண்டு அரை வேஷ்டியைப் பாம்பாட்டிக்குக் கொடுத்து விட்டார்.

எல்லாரும் முன்போல் ஒன்றாகச் சேரும் பொருட்டு நாங்கள் ஒரு மூலையில் நின்றோம். பாரதியாருடைய கொள்கை எங்களைத் திகைக்கச் செய்தது.

முதல் நாள் வாங்கிய புதிய வேஷ்டியைத் தெருவில் போகும் பிச்சைக்காரனுக்குக் கொடுப்பது அவ்வளவு சரியென்று எனக்குத் தோன்றவில்லை. அந்தப் பாம்பாட்டியோ அவரை மனமார வாயார வாழ்த்திக் கொண்டு போனான். என் மேல் அவனுக்குக் கோபம். காலணாவைக் காட்டிவிட்டுக் கொடுக்கவில்லை என்று.

எல்லாரும் மணல் வரையில் பேசாமல் நடந்தோம். நீர்க்கரை வந்தவுடன் குழந்தைகளின் கைகளைப் பெரியவர்கள் பிடித்துக் கொண்டார்கள்.

பாரதி என் கையைப் பிடித்துக் கொண்டார். நான் குளிக்குமுன் கையிலிருந்த காலணாவைச் சமுத்திரத்தில் போட்டுவிட்டு மஞ்சள் பூசிக் கொண்டு அவர் கையைப் பிடித்துக் கொண்டு ஜலத்தில் இறங்கினேன்.

பாரதி:- யதுகிரி, நீ போட்ட காலணா எதற்காக?

நான்:- சமுத்திரம் ராஜாவாம். அதில் குளிக்குமுன் காலணாவோ, இல்லை, எலுமிச்சம்பழமோ போட வேணுமாம். இல்லாவிட்டால் அதற்குக் கோபம் வந்து விடுமாம்.

பாரதி:- இதெல்லாம் யார் சொன்னார்கள்?

நான்:- எங்கம்மாவுக்கு எல்லாம் தெரியும். அவள்தான் சொன்னாள். அண்ணன் பாம்பாட்டிக்குக் கொடுத்து விட்டான். சமுத்திரம் அவனிடம் கோபித்துக் கொள்ளப் போகிறது! அவனை நீர் பிடித்துக் கொள்ளும்!

பாரதி:- அவன் ஐயர் கையைப் பிடித்துக் கொண்டிருக்கிறான். பயம் இல்லை. நான் சொல்கிறதைக் கேட்கிறாயா?

நான்:- என்ன? சொல்லுமே?

பாரதி:- உன் காலணாவை அந்தப் பிச்சைக்காரனுக்குக் கொடுத்திருந்தால் அவன் குழந்தைக்குச் சாதம் போடுவான். இந்தக் காலணாவோ இப்போது மணலில் புதைந்துபோம். ஒருவருக்கும் உதவாது. தண்டம் தானே? நீ தின்பண்டங்கள் போட்டிருந்தாலாவது மீன்கள் தின்னும். அவை காசை என்ன பண்ணும்?

நான்:- நீர் சொல்வது சரிதான். ஆனால் அம்மா சொன்னாளே. அவளுக்குத் தெரியாதா?

பாரதி:- இதெல்லாம் அர்த்தமில்லாத வழக்கம். முன் காலங்களில், குளங்களில் குளிப்பவர்கள் காசுகளைக் குளத்தில் போட்டால் குளத்தைச் சுத்தஞ் செய்யும் கரையார்களுக்கு அந்தத் துட்டுகள் அகப்படும். அதைக் கொண்டு அவர்கள் ஜீவிப்பார்கள். நம் பெரியவர்கள் குளத்திற்குச் செய்தால் நீ சமுத்திரத்திற்கு இப்படிக் காசு சேர்க்கிறாயே! இங்கே சுத்தம் செய்வது அலை. அதற்குக் காலணாவால் ஆக வேண்டியது ஒன்றும் இல்லை.

நான்:- ஆனால் அங்கேயே, இருக்கிற காலணாவை வாங்கிக் கொண்டுவிடும். போகும் போது யாராவது பிச்சைக்காரனுக்குப் போட்டு விடலாம்.

பாரதி:- போனது போகட்டும். இனிமேல் இப்படிச் செய்யாதே.

நான்:- அது சரி. நீர் என்ன, புதிய வேஷ்டியைக் கொடுத்து விட்டீரே! செல்லம்மா பார்த்தால் என்ன சொல்லுவார்? மேலே இருந்த கிழிசலைக் கொடுத்தால் போதாதா?

பாரதி:- எனக்கு நாலு பேர் கொடுப்பார்கள் அவனுக்கு யார் கொடுக்கிறார்கள்? நானே யோசிக்கவில்லை; உனக்கென்ன யோசனை?

நான் பதில் பேசவில்லை.

சுமார் மார்பு வரையில் ஜலத்திற்குப் போனோம். பெரியவர்களெல்லாம் குழந்தைகளை எடுத்துக்கொண்டு அலைகளில் முழுக வைத்தார்கள். பதினோரு மணிக்கு வீடு வந்தோம்.

எங்கள் வீட்டில் முன் முற்றத்தில் குழாய். அங்கு தொட்டியில் ஜலம் நிறைந்து இருக்கும். நாங்கள் பின் கட்டில் வெந்நீரில் குளித்து வேறு உடை எடுத்துக் கொண்டு மாடிக்குப் போனோம். பாரதி, ஐயா[2] எல்லோரும் தொட்டியில் குளித்துப் புதுத்துணிகளை உடுத்திக் கொண்டிருந்தார்கள்.

என் பெரிய தகப்பனாரைப் பாரதியார் 'அண்ணா' என்று அழைப்பார்.

பாரதி: அண்ணா, நான் பாம்பாட்டிக்கு வேஷ்டியைக் கொடுத்தது யதுகிரிக்குப் பெரிய கவலையாக இருந்தது...

இதோ பார், யதுகிரி! ஒரு வேஷ்டியைக் கொடுத்தேன். அதற்குப் பதிலாக இரண்டு வேஷ்டிகளை ஐயா எனக்குக் கொடுத்து விட்டார். யார் தாராளம், இப்போது சொல்!

நான்:- சரி. அந்துப் பாம்பாட்டி பாடிய மெட்டு நன்றாக இருக்கிறது. அந்த மெட்டில் நீர் பாடினால் எவ்வளவு நன்றாகயிருக்கும்!

பாரதி:- நாளைக்கு உனக்கு அந்த மெட்டில் சொல்லிக் கொடுக்கிறேன். இப்போது, எங்களில் யாருடைய கை தாராளம், சொல்.

நான்:- நீங்கள் எல்லோரும் ஒன்றுதானே? இரண்டு பேருடைய கையும் தாராளம். நான் பண்ணியது தப்பு. இனிமேல் செய்ய மாட்டேன்.

பாரதியாருக்கு மிகவும் சந்தோஷமாகி விட்டது. அங்கு இருப்பவர்களிடம், கடற்கரையில் நடந்த எங்கள் சம்பாஷணையை ஆங்கிலத்தில் சொன்னார்.

மறுநாள் சாயங்காலம் பாரதியார் வந்தார். எங்களையெல்லாம் மெத்தைக்கு அழைத்தார்; போனோம். முதலில் 'வந்தே மாதரம்" பாட்டுப் பாடினார். பிறகு,

'பாரத தேசமென்று பெயர் சொல்லுவார்-மிடிகப்
பயங் கொள்ளுவார் துயர்ப் பகை வெல்லுவார்
பாரதப் போர் வென்ற கண்ணனருளால் - துயர்
பார மறுவார் செல்வ பாரமுறுவார்'

என்றும், பின்னடியில்,

'பாரத ராணியின் கண்ணனருளால் - துயர்
'பாரமறுவார் செல்வ பாரமுறுவார்"

என்றும் பதினான்கு பாக்கள் பாடினார்.

குறுக்குக் கேள்விகள் கேட்பதிலே எனக்கு மிக விருப்பம். ஐயரையும் பாரதியாரையும் ஓயாமல் ஏதாவது கேட்பேன். அவர்களும் சலிக்காமல் பதில் சொல்வார்கள். அதன்படி இப்போதும் ஒரு கேள்வியைக் கேட்டேன்.

"எல்லாம் சரி, இதெல்லாம் எப்போது கைகூடும்? நாம் பார்க்க முடியுமா? ஊசியும் ஆணியும் செய்யப் பெரிய பெரிய யந்திரங்கள் வேண்டுமா? ஊசியும் ஆணியும் தேசத்திற்கு அவ்வளவு முக்கியமா? ஆயுதங்கள் மிக முக்கியம். அவைகளை ஒரே வார்த்தையில் சொல்லி முடித்து விட்டீரே!" என்றேன்.

பாரதியார்,"குழந்தைகள் எழுப்பும் பிரச்சனைகள் மிகவும் கடினமானவை! ஊசி இல்லாவிட்டால் எப்படி அம்மா துணி தைப்பது? சாப்பாட்டைக் காட்டிலும் துணி முக்கியமல்லவா? ஆணி இல்லாவிட்டால், உனக்குப் பெட்டி வேண்டாமா? படம் மாட்ட ஆணி வேண்டாமா? என்று திருப்பிக் கேட்டார்.

நான் ஒன்றும் சொல்லவில்லை.

இப்போது வெளிவந்துள்ள புத்தகங்களில் மேலே உள்ள பாட்டின் நான்கு அடிகள் இல்லை. முதல் பாவில் பின் இரண்டு அடிகளான,

"பாரதப் போர் வென்ற கண்ணனருளால் - துயர்
பாரமறுவார் செல்வ பாரமுறுவார்"

என்றவையும், பின்னால்,

'பாரத ராணியின் கண்ணனருளால் - துயர்
பாரமறுவார் செல்வ பாரமுறுவார்"

என்ற இரண்டு அடிகளும் புத்தகங்களில் இல்லை.

அடிக்குறிப்புகள்

1. இவர் தற்சமயம் புதுவை அரவிந்தாசிரமத்தில் இருக்கிறார்
   - பதிப்பாசிரியன்

2. ஐயா - ஸ்ரீ மண்டயம் ஸ்ரீநிவாஸாச்சாரியார், இந்நூல் ஆசிரியையின் தந்தை.
   - பதிப்பாசிரியன்

4

மனதில் உறுதி வேண்டும்

தைமாதம் கிறிஸ்துமஸ் பண்டிகை ஆனபிறகு, கொடியாலம் ரங்கசாமி ஐயங்காரும் R. ராஜகோபாலாச்சாரியாரும் புதுவைக்கு வந்திருந்தார்கள். அவர்கள் என் தகப்பனாருக்கு மிகவும் நண்பர்கள். பேச்சின் நடுவே ரங்கசாமி ஐயங்கார் பாரதியாரின் நிலைமையை அறிந்து கொண்டார். தமிழ் அன்னையின் அருளாலோ, இல்லை பாரதியாருடைய கவிதையின் அழகில் ஈடுபட்டோ அவருக்குச் சில நூறு ரூபாய்களைக் கொடையாக அளித்தார்.

அந்தச் சந்தர்ப்பம் மிகவும் இக்கட்டானது. டில்லியில் குண்டு வீசப்பட்ட காலம். சுதேசிகளுடைய வாழ்க்கையில் பெரிய சோதனைக் காலம். பணம் வந்ததும், செல்லம்மா சில சவரன்கள் வாங்கிச் சில நகைகள் செய்து, மீதி ரூபாயில் நெல், துவரை, புளி, மிளகாய் முதலிய வருஷாந்திரச் சாமான்கள் வாங்கி நிறைத்தார்.

புதுச்சேரியில் 'கூலி' என்றால் பன்னிரண்டு சேர். பன்னிரண்டு சேர் அரிசி குத்தினால் கால்படி அரிசி ஒரு படி நொய் கொடுப்பது வழக்கம். இந்த நாளைப் போல் யந்திரங்கள் அப்பொழுது வந்திருக்கவில்லை. கூலிப் பெண்கள் நம் வீட்டிற்கு வந்து குத்தி, நோம்பி, பண்படுத்திக் கொடுத்துவிட்டுப் போவார்கள்.

பாரதியார் வீட்டில் ஒருநாள் கூலிப்பெண் ஒருத்தி வந்து நெல் குத்தினாள். பாரதியார்,[1] 'பொன் வால்நரி'யோ, 'வாலறுந்த நரி'யோ ஞாபகம் இல்லை - இங்கிலீஷில் ஆனிபெஸண்ட் அம்மையைப் பற்றிக் கதை எழுத ஆரம்பித்தார். அதன்மேல் புத்தி ஓடவில்லை. செல்லம்மா இதை அறிந்து கொண்டார்.

செல்:- இன்றைக்கு வேண்டாம். நாளைக்கு நெல் குத்தும்படி சொல்கிறேன்.

பாரதி:- வேண்டாம். அவள் காரியத்தை அவள் செய்யட்டும். நீ ஏன் தடை செய்கிறாய்?

செல்:- உங்களுக்குத் தொந்தரவாகும் என்று நினைக்கிறேன். ஏதோ எழுத உட்கார்ந்தீர்கள். ஓசையாகும்.

பாரதி:- அந்தச் சப்தம் என்னைப் பராசக்தியை வரம் வேண்டும்படி தூண்டுகிறது. தடுக்காதே.

செல்:- முதலில் வயிறு நிறைக்கும்படி கேளுங்கள்.

பாரதி:- நீ என்ன, என்னை அடிமையாக்குகிறாயே. என் கையில் இருந்ததை உன் கையிலே கொடுத்துவிட்டேன். என்னைக் கட்டாயப்படுத்தாதே.

செல்:- நான் உங்களைக் கட்டாயப்படுத்தவில்லை. புத்தகம் போடுவதாகச் சொன்னீர்கள். கையில் பணம் இருக்கும்போது போட்டுவிட்டால் நல்லது.

பாரதி:- இதோ பார், தொந்தரவு பண்ணினால் நான் தலைமேல் துணியைப் போட்டுக்கொண்டு போய்விடுவேன்.

செல்:- நீங்கள் இந்தப் பக்கம் போனால் நானும் அந்தப் பக்கம் போய் விடுகிறேன். இந்தக் கஷ்டம் எதற்கு? குழந்தைகளை யாராவது வளர்த்துக் கொள்ளட்டும்.

பாரதி:- என்ன! என் குழந்தைகளைக் காப்பாற்றத் திறமை இல்லையா? யாரோடு பேசுகிறாய்?

செல்:- உங்களைப் போல் என்னால் பராசக்தியை வரம் கேட்க முடியாது. உங்களைத் தான் வரம் கேட்பேன். இதில் கோபம் எதற்கு? தப்புத்தான் என்ன?

பாரதி:- என்னிடம் சொன்ன பிறகு என் பொறுப்பு எனக்குத் தெரியாதா? குழந்தைகளின் பேச்சை எடுக்கிறாய் அவை ஒரு பாவமும் அறியாதவை.

செல்:- நான் அவைகளை ஒன்றும் சொல்லவில்லை. நீங்கள் துணியைப் போட்டுக்கொண்டு போனால் நானும் போகிறேன் என்றேன்.

பாரதி:- என்னைக் கிளறாதே. என் பொறுப்பு எனக்குத் தெரியும். பாக்கி விஷயங்களைக் கவனி.

செல்லம்மாள் காரியங்களைக் கவனிக்கச் சென்றார். பாரதி ஏதோ எழுதினார். கை ஓடவில்லை. நெல் குத்தும் பாட்டின்மேல் கவனம் ஓடிற்று. நெல் குத்தும் பெண் கடைசியில், 'ஹூம், ஹூம் என்பது 'வேண்டும், வேண்டும்' என்று கேட்கும்படி அவரைத் தூண்டினாற் போலிருந்தது. ஒரு காகிதத்தை எடுத்தார். அதில், 'மனத்தில் உறுதி வேண்டும்' என்ற பாடலை எழுதினார். பிறகு கதையையும் எழுதி முடித்தார். அதை அச்சிடவும் அச்சாபீசுக்குக் கொடுத்தார்.

அன்று சாயங்காலம் நான் அவர்கள் வீட்டிற்குப் போனேன். செல்லம்மா அரிசி அளந்து கொண்டிருந்தார். பாரதியார் வெளியிலிருந்து வந்தார். என் 'ஷேம லாபங்களை' விசாரித்துவிட்டு "நான் இன்று புதிய மந்திரம் செய்தேன் யதுகிரி" என்றார்.

"எனக்கும் அந்த மந்திரத்தைச் சொல்லிக் கொடும்" என்றேன்.

"இவர் பராசக்தியை வரம் கேட்கிறார். நாம் இவரை வரம் கேட்கிறோம்!' என்றார் செல்லம்மா.

பாரதியார் தமது பாட்டைப் பாட ஆரம்பித்தார். நெல் குத்தும் பெண் பிரமித்து விட்டாள். மிகுந்த கோபத்துடன், "என்ன சாமி, என்னைப் பரிகாசம் செய்கிறே! எங்களுக்குக் கஷ்டம் தெரியாமல் இருக்க நாங்கள் ஏதோ பாடினால் அதற்காக இப்படி ஏளனம் செய்யலாமா? எங்கள் பிழைப்புக்கு அவமானம் இல்லையா?" என்று சண்டைக்கு வந்தாள்.

"ஐயோ, அம்மே! ஏன் கோவிச்சுக்கறே? எல்லா நெல் குத்தும் பெண்களின் பாட்டைவிட உன் பாட்டுப் புது மாதிரியாக இருந்தது. அதைப் போல் மந்திரக் கவிதை இது. நான் கேலி செய்யவில்லை. உனக்கு ஏன் கோபம்?" என்று சமாதானப்படுத்தினார்.

அவள் கேட்கவில்லை. "குழந்தைகள் செய்தால் நீங்கள் கோபித்துக் கொள்ள வேணும். நீங்களே செய்தால் யார் கோபித்துக் கொள்வது சாமி?" என்றாள்.

செல்லம்மா, "அடி பெண்ணே, உன்னைக் கேலி செய்யவில்லை. ஐயர். உன் நினைவு எப்பொழுதும் இருக்க வேணும் என்று நீ பாடிய மெட்டிலேயே கதை கட்டியிருக்கிறார். பைத்தியக்காரியைப் போல் சண்டை போடாதே. உன் நொய், அரிசியை எடுத்துக் கொண்டு போ" என்றார்.

நெல் குத்தும் பெண், "ஐயர் கதை கட்டுகிறாரா அம்மா? எனக்கு என்ன தெரியும்? ஆச்சர்யம்! என்னைப் போலவே பாடுகிறார். எவ்வளவு சுருக்கச் செய்துட்டாங்க!..................... நான் கிளம்பறேன் அம்மா" என்று சொல்லிப் புறப்பட்டுச் சென்றாள்.

பாரதி:- காலையில் எழுந்த வேளை நன்றாக இல்லை இரண்டு பேருடன் சண்டை!

நான்:- வேறு யாருடன் சண்டை போட்டீர்?

பாரதி:- வேறு யார்? பெண்டாட்டிதான்.

நான்:- நீர் பாட்டில் பெண் விடுதலையைக் கொண்டாடுகிறேன் என்று பெண்டாட்டியோடு சண்டை போட்டால் என்ன பிரயோசனம்?

செல்:- சொல்லு யதுகிரி. இன்று இவர் பண்ணியது நியாயமா கேள்.

பாரதி:- நீ சொல்லியது சரி. ஆனால் சில வேளைகளில் சொல்லக் கூடாது.

நான்:- என்ன விஷயம் சொல்லுமே.

செல்:- இவர் தலையில் துணி போட்டுக் கொண்டு போனால், எனக்குப் போக வழி இல்லையா?

நான்:- உம்மைப் போலத்தானே செல்லம்மாவும் ஏன் போக முடியாது? அங்கு விடுதலை இல்லையா?

பாரதி:- நீ குழந்தை. உனக்குப் புரியாது. முரட்டு மாட்டை விட்டுத்தான் பிடிக்க வேணும். ஒரே அடியா இழுத்தால் ஓடிப்போய் விடும். நான் ஒரு வேளை போனாலும் போவேன்; செல்லம்மாளால் போக முடியாது. விடுதலை இருந்தாலும் பொறுப்பு பெரியது.

நான்:- நீர் புதிர் போட்டாற்போல சொன்னால் எனக்கு எப்படித் தெரியும்? விவரமாகச் சொல்லுமே?

பாரதி:- செல்லம்மா, நீயே சொல். உன் மனத்தில் பாரம் குறையும்.

செல்லம்மாள் நடந்ததைச் சொன்னார்.

நான்:- குழந்தைகளைக் கண்டால் உமக்குத்தான் அபிமானம், செல்லம்மாவுக்கு இல்லையா?

பாரதி:- இருவரும் ஒன்றே. ஆனால் அவள் போஷிப்பவள். நான் ஸம்பாதிப்பவன். இருவரிடையே அதிகாரக்கட்டளை செய்யலாம்.

நான்:- சரி செல்லம்மா, உமக்கு இஷ்டம் வந்தபோது சமையல் செய்யலாம்.

பாரதி:- அப்படியல்ல. வேலை செய்ய வேண்டியதைச் சிரமமாகவும் வகையாகவும் செய்ய வேண்டும். ஆனால் மனிதனும் வகையறிந்து போனால் நல்லது.

செல்:- நான் வகை அறியாதவள்.

பாரதி:- நீ கொடுத்த சூட்டின் மகிமை எவ்வளவு தூரம் சென்றது தெரியுமா? கதையை அச்சிடக் கொடுத்து விட்டு வந்தேன்.

செல்:- கணவன் மேல் அவதூறு சொல்பவர்களைக் கண்டால் எனக்கு மிகவும் கோபம் வரும். பிடிக்கவே பிடிக்காது. ஆனால் பொறுக்க முடியாமல் போனால் கதவுடனாவது சொல்லிக் கொள்ளலாம் போலாகிறது.

பாரதி:- காலையில் தூண்டின தூண்டல் முடிந்து வேலையும் முடிந்தது, யதுகிரி, நீயும் வா, கடற்கரைக்குப் போகலாம்.

கடற்கரைக்கு எல்லாரும் புறப்பட்டோம். அப்பொழுது அவர் சொன்ன வார்த்தைகளைத் தமிழுலகம் முழுவதும் அறிய வேண்டும் என்பது என் ஆவல்.

பாரதியார், “நீங்கள் வீட்டில் உடம்பை ஒடித்து வேலை செய்கிறீர்கள். உங்களை அலட்சியமாய்க் காண்பது பாவம். குழந்தைகளை வளர்க்கிறீர்கள். குழந்தைகளுக்குக் காலத்தில் செய்ய வேண்டிய கடமைகளைச் செய்யச் சொல்கிறீர்கள். இது முன் காலமல்ல. பொறுப்புத் தெரியாமல் இருந்தால் பொறுப்பை வற்புறுத்திக் காட்ட வேண்டும். நிர்ப்பந்தம் செய்யக் கூடாது. ஆனால் செல்லம்மா சொல்லியது சரி. என் கவிதையின் பைத்தியம் என்னை இழுத்துச் சென்றது. அந்தச் சூட்டில் இரண்டு பேச்சு நடந்தது.

வீட்டில் தங்கக் கிளிகள் போல் குழந்தைகள். ஆனால் நாம் கொடுத்து வைக்கவில்லை. அவைகளுக்குத் தங்கத்தால் கவசம் பண்ணிப் போடலாம். புலவர் வறுமை புராணப் பிரசித்தம் தமிழுக்குச் செல்வாக்கு இல்லை. தமிழ்க் குழந்தை லஷ்மியை நானாவிதமாகக் கொண்டாடினால் கிருபை வரும். வீட்டின் தலைவி எல்லாவற்றையும் திருத்திக்கொண்டு போனால் தலைவன் கவலையில்லாமல்' நோயில்லாமல் இருக்கலாம். தலைவியின் பேச்சைத் தட்டாமலும் இருக்கலாம். தலைவிக்கு முக்கியமாக வேண்டியது பணம். பணம் இருந்து விட்டால் என் செல்லம்மா உலகத்தையே ஆண்டு விடுவாள். அது இல்லாததால் என்னைக் கட்டுப்படுத்துகிறாள்; கேட்கிறாள்; சண்டை பிடிக்கிறாள்; எனக்கு வருந்திச் சாதம் ஊட்டுகிறாள்; இதை உலகம் அறிய வேணும். நம் கஷ்டம் விடிய வேணும். சென்று போன விஷயத்தை யோசிப்பவன் மூடன். தினமும் நான் துணியை வெளுத்து உலர்த்துவதைப் போல நம்முடைய அழுக்குகளை, தொல்லைகளைத் தினம் கழுவி விட வேணும் புதிதாகச் சூரியன் வருவதைப் போல் புதிய புதிய விஷயங்களைப் பார்த்து மகிழ வேணும். என் செல்லம்மா முக்கியப் பிராணன்! என் செல்வம்! எல்லாம் எனக்கு அவள்தான். அவள் பாக்கியலஷ்மி" என்றார்.

அவர் மனப்புண்ணை இப்பொழுதாவது இந்தத் தமிழ் உலகம் அறிய வேண்டும். அவர் போன்ற கவிகளின் நிலைமையைச் சீர்திருத்துவதே தமிழின் முக்கியக் கடமை. அவர் மனம் நோகாமல் நாம் காத்திருந்தால் இன்னும் சிறிது காலம் உயிரோடு இருந்திருப்பாரோ என்னவோ! யார் அறிவார் கடவுளின் லீலையை?

அடிக்குறிப்புகள்

1. 'பொன்வால் நரி' – 'The Fox with the Golden Tail'

5

மூன்று காதல்

புதுச்சேரியில் வியாழக்கிழமை தோறும் கடற்கரையில் துய்ப்ளேக்ஸ் சிலையின் முன் பாண்டு வாத்தியம் வாசிப்பது வழக்கம். பாண்டு வாசிப்பவர்கள் நின்று கொண்டு சுமார் ஒரு மணி காலம் வாசிப்பார்கள். வெள்ளைக்காரக் குழந்தைகள் அதைச் சுற்றிக் கூத்தாடுவார்கள். பார்வைக்கு அதுவும் ஓர் அழகான காட்சியே.

பாரதியாருக்குக் கும்பல் பிடிக்காது. எங்களை அழைத்துக் கொண்டு மணலுக்குப் போனார். போகும் போது தங்கம்மா, "அப்பா, இவர்கள் சங்கீதம் ஒரு மாதிரியாக இருக்கிறது. உச்சஸ்தாயியில் வாசிக்கிறார்கள். இதே மாதிரி நாம் பாடினால் நன்றாக இருக்குமா?" என்றார்.

பாரதி:- அது ஒரு வகைச் சங்கீதம். கீழ் ஸ்தாயியிலிருந்து மேல் ஸ்தாயியிக்கு ஒரேயடியாகத் தாவுகிறது. நாம் படிப்படியாக மேல் ஏறுகிறோம்; படிப்படியாகக் கீழ் இறங்குகிறோம். அவர்கள் கீழ் ஸ்தாயியில் ஓர் அட்சரமும் மேல் ஸ்தாயியில் ஓர் அட்சரமுமாகப் பாடுகிறார்கள்.

தங்க:- நாம் பாடினால் நன்றாக இருக்குமா? பாட முடியுமா?

பாரதி:- பாடும் வகையில் பாடினால் நன்றாக இருக்கும்.

தங்க:- நாளைக்கு சரஸ்வதி பண்டிகை. சரஸ்வதியின் மேல் இந்த மெட்டில் ஒரு பாட்டுப் பாடு அப்பா.

பாரதி:- ஆகட்டும்.

பாண்டுக்காரர்கள் முதல் பாட்டு முடித்து வேறு பாட்டு எடுத்தார்கள்.

நான்:- இந்த மெட்டில் லஷ்மியைப் பாடினால் நன்றாக இருக்கும்.

பாரதி:- யதுகிரி, நீ சொன்னபடி இந்த மெட்டில் லக்ஷ்மியின் மேல் பாடுகிறேன்.

செல்:- கல்கத்தா, காசி அங்கெல்லாம் துர்க்கா பூஜை செய்கிறார்கள். சக்தியின் மேல் பாடினால் நம் கஷ்டம் விடியும்.

அப்பொழுது கீழ் ஸ்தாயியில் நான்கடி, மேல் ஸ்தாயியில் நான்கடியாகப் பாண்டு வாசித்தார்கள்.

பாரதி:- செல்லம்மா, நீ சொன்னதும் சரி. தங்கம்மா சரஸ்வதியின் மேல் கேட்டாள். யதுகிரி லக்ஷ்மியின் மேல கேட்டாள். நீ காளியின்

மேல் கேட்டாய். இங்கு மூன்று பாட்டு பாடியிருக்கிறார்கள். நாளைக்கு மூன்று பேர் பேரிலும் பாடிக் காண்பிக்கிறேன்.

தங்க:- மூன்று மெட்டுகளையும் எப்படி அப்பா பாடுவாய்?

பாரதி:- முதலில் சரஸ்வதி, இரண்டாவது லக்ஷ்மி, மூன்றாவது காளி. மூன்று பெயர்களையும் மூன்று ராகங்களில் பாடுவது.

தங்க:- நீ பாடியிருப்பதெல்லாம் நொண்டிச் சிந்து, காவடிச் சிந்து, ஆனந்தக் களிப்பு முதலிய ஆண்டிகள் பாடும் மெட்டில் பாடியிருக்கிறாய். பாட்டு ஒரே மெட்டில் வேண்டியதில்லை.

பாரதி:- உங்களுக்கு எந்த மெட்டு வேண்டுமோ, அதில் பாடிக் கொடுக்கிறேன்.

தங்க:- இந்த பாண்டு மெட்டுக்கள் எங்களுக்குப் பிடித்திருந்ததால் கேட்கிறோம்.

மறுநாள் மூல நட்சத்திரம். சரஸ்வதி பண்டிகையைச் சிலர் மூல நட்சத்திரத்திலும் சிலர் மகா நவமியிலும் செய்வது வழக்கம். எங்களுக்கு மகாநவமி. சாஸ்திரத்திற்கு இரண்டு பொம்மைகளைக் கொலுவாக வைத்திருந்தோம். என் தங்கைகளும் நானும் பாட்டுப் பாடி ஹாரதி எடுக்கும் சமயம் பாரதியார் வந்தார். “யதுகிரி, உன் கொலுவுக்கு நான் புதிய பாட்டுப் பாடுகிறேன். அப்புறம் உன் சாஸ்திரம் நடக்கட்டும்” என்றார்.

எல்லாரும் வரிசையாக உட்கார்ந்தோம். பாரதியார் முதல் நாள் சொன்னபடி சரஸ்வதி, லக்ஷ்மி, காளி மூவர் பேரிலும் பாடிய, ‘பிள்ளைப் பிராயத்திலே’ எனத் தொடங்கும், மூன்று காதல் என்கிற பாட்டை சரஸ்வதி மனோஹரி, ஸ்ரீராகம், புன்னாகவராளி ஆகிய மூன்று ராகங்களில் பாடினார். எங்களுக்கு மெய் சிலிர்த்தது. இந்தப் பாட்டில் பாரதி தம் வாழ்க்கையையும் சிறிது சித்திரித்துக் காட்டியிருக்கிறார்.

6

செந்தமிழ் நாடெனும் போதினிலே...

சென்னையில் உள்ள ஒரு சங்கத்தினர், 'நம் நாட்டின் மேல் நன்றாகக் கவிதை செய்து அனுப்புகிறவர்களுக்கு முதற் பரிசு முன்னூறு ரூபாய், இரண்டாவது பரிசு இருநூறு ரூபாய், மூன்றாவது பரிசு நூறு ரூபாய்' என்று பத்திரிகைகளில் விளம்பரம் செய்திருந்தனர். அதற்குப் பாரதியாரைப் பாட்டு அனுப்பும்படி எல்லோரும் வற்புறுத்தினோம். அவரும் ஒப்புக்கொண்டார். இதற்கென, 'செந்தமிழ் நாடெனும் போதினிலே' என்ற பாடலை இயற்றினார். குறிப்பிட்ட தேதிக்குள் அனுப்பியும் வைத்தார்.

அந்தப் பாடலில் உள்ள ஒவ்வோர் எழுத்துக்கும் அட்சர லட்சம் கொடுக்கலாம். பத்து அடிகளுக்கும் பத்துக் கோடி பத்து லட்சம், பத்து ஆயிரம். கடைசிப் பட்சமாகப் பத்து நூறாவது கொடுக்கலாம். ஆனால் சென்னைச் சங்கத்திலிருந்து வந்ததோ மூன்றாவது பரிசாகிய ஒரே ஒரு நூறுதான்! ஆனால் அதைப் பற்றிப் பாரதியார் சிறிதும் கவலைப்படவே இல்லை. பரிசோதகர்களின் மீது வ.வே.சு. ஐயர் வருத்தமுற்றார். "முதற்பரிசு பெற்ற பாட்டோ இரண்டாம் பரிசு பெற்ற பாட்டோ இந்தப் பாடலில் உள்ள ஓரடிக்கு இணையாகாது. இதன் இனிமையும் சந்தமும் நயமும் பொருளும் அந்தப் பாடல்களில் இல்லை. மலைக்கும் மடுவுக்கும் உள்ள வித்தியாசம். சிதறின மலர்கள் பல. அவற்றை இணைக்க உறுதியான வாழை நார்கூட இல்லை" என்று அங்கலாய்த்தார். "பொது ஜனங்கள் கவியின் பெருமையை அறியவில்லையே" என்று அவர் அடிக்கடி வருந்துவார்.

பாரதி, "முன்னமேயே தெரிந்த விஷயம். அவர்கள் சங்கத்தில் யாருக்கோ கொடுக்க வேண்டும் என்று முதலிலேயே தீர்மானித்திருக் கிறார்கள். பொது ஜனங்களின் கண்ணைத் துடைக்க இந்த வழியைத் தேடினார்கள். அவ்வளவே, நீர் ஏன் வருத்தப்படுகிறீர்? நம் பிராப்தம் அவ்வளவே" என்பார்.

"ஆழ்வார்களுடைய பிரபந்தங்களைப் பொறுக்கி எடுத்துப் புகழ் பெறும்படி செய்த எம்பெருமானார் போல் பாரதியாருடைய கவிதையை எடுத்துக் காட்ட மனிதர்கள் இல்லை" என்பார் ஐயர்.

பாரதியார் இறந்த பிறகு அவருடைய கவிதைகள் முழங்கப் படுவதைக் கண்டு ஐயர் மகிழ்ந்தார். அன்று மூன்றாம் பரிசு பெற்ற பாரதியாரின் கவிதையே இன்று பல ராகங்களில் முழங்கப்படுகிறது.

முதற் பரிசு, இரண்டாம் பரிசு பெற்ற கவிதைகளின் சுவடுகளைக் கூட காணோம்.

இந்த நாளில் என் பெரிய தம்பி இறந்து விட்டான். இரண்டு வயதுக் குழந்தை. சாதாரண சீதபேதி; பலவித மருந்துகள் கொடுத்தும் குணம் அடையவில்லை; குழந்தை போய்விட்ட அதிர்ச்சியில் என் தந்தை மனம் இடிந்து விட்டார். சுதேசிக் கப்பலுக்காகக் கணக்கற்ற பணம் கை விட்டுப் போனபோதும், ‘இந்தியா’ பத்திரிகை நிறுத்தப்பட்ட போதும், அரசாங்கம் பல கொடுமைகள் செய்தபோதும் சளைக்காது தைரியமாகவே இருந்தார். இந்தச் சம்பவம் நோயாளியை மேல் எறிந்து கலக்கியதைப் போல் அவரை மிகவும் துர்ப்பலமாக்கிவிட்டது. இந்தத் துக்கம் வந்த சமயத்தில் ஐயர், பாரதியார் இருவரும் இடைவிடாமல் அவரோடு பேசிக்கொண்டும் சதுரங்கம் ஆடிக்கொண்டும் பகலைக் கழிப்பார்கள். சாயங்காலம் நாலு மணிக்கு அரவிந்தரின் வீட்டிற்குப் போய் வேதம் உபநிஷத் இவைகளைச் சிந்தனை செய்வார்கள். இரவு பத்து மணி, பதினொரு மணிக்கு வருவார்கள்.

குழந்தை இறந்த அன்று அதை அடக்கம் செய்துவிட்டு இரண்டு மணிக்கு எல்லோரும் வீடு திரும்பினார்கள். பாரதியாருக்கு ஒன்றும் வேண்டியிருக்கவில்லை. வயிற்றில் மிகவும் சங்கடப்படுத்தியது. தேவியைத் தமக்கு ஒரு வரம் அளிக்கும்படி வேண்டினார். ‘கேட்பன’ என்ற தலைப்பில் நொண்டிச் சிந்து மெட்டில் ‘நல்லதோர் வீணை செய்தே’ என்ற பாடலைப் பாடினார். குழந்தைகளான எங்களுக்கு அதைப் பாடிக் காட்டினார்.

குழந்தை இறந்த துக்கத்தில் என் தாய்க்கும் சீதபேதி கண்டு இன்னும் சில நோய்கள் கால் போட்டுக் கொண்டு கஷ்டப்பட்டாள். மருந்தினால் குணமடையாததால் இயற்கை மருந்துகளால் குணப்படுத்த நினைத்தார்கள். வீட்டிலேயே அடைபட்டுக் கிடந்தால் துக்கம் அதிகமாகும் என்று செல்லம்மா நான், என் தாய், தங்கைகள் எல்லோரும் காலையில் பாதாளகங்கை எனப்படும் குழாய்க் கிணற்றுக்குப் போய் ஸ்நானம் செய்து வருவோம். மாலை ஆறு மணிக்குக் கடற்கரைக்குக் கட்டாயப்படுத்தி அழைத்துச் செல்வார் செல்லம்மா. இரவு ஒன்பது மணிக்கு வீடு திரும்புவோம். சில நாட்களில் காலை ஆறு மணிக்கே பாதாள கங்கைக்கு நடந்து போய் எண்ணெய் ஸ்நானம் செய்வோம். இப்படி மூன்று மாத காலம் நடந்தது.

ஐயரும் என் தகப்பனாரும் சதுரங்கம் ஆடிப் பொழுதைக் கழிப்பார்கள். அட்டையில் சதுரங்கக் கட்டம் அச்சடித்து அதில் எழுத்தில் ஆட்டம் ஆடுவார்கள். ராஜா, மந்திரி, யானை, குதிரை, காலாள் இவைகளின் முதல் எழுத்தை எழுதி ஆடுவார்கள். என் தந்தை அடிக்கடி மார்வலி, தலைவலி ஆகியவற்றில் மிகவும் கஷ்டப்பட்டார். பாரதியும் ஐயரும் அவர் அருகேயே இருந்து வந்தார்கள்.

ஒரு நாள் சாயங்காலம் நாங்கள் எல்லோரும் வில்லியனூர் ஆற்றில் ஸ்நானம் செய்யப் போனோம். அங்கு ஏதோ உற்சவம் ஆருத்திரா தரிசனம் என்று ஞாபகம். சாமிநாதன் என்னும் பையன் துணைக்கு வந்தான். அவன் உறவினர் வீட்டிலேயே தங்கினோம். மறுநாள் ஆற்றில் குளித்து ஊரைச் சுற்றிப் பார்த்து விட்டு சாப்பாட்டை முடித்துக் கொண்டோம்.

சுமார் இரண்டு மணிக்கு வண்டி பேசிக் கொண்டு சாமிநாதனுடன் புறப்பட்டோம். புதுச்சேரிக்கு மூன்று மைல் தூரம் என்று நினைவு பாதி வழியில் வண்டியின் சக்கரம் முறிந்து விட்டது. வேறு வண்டி அகப்படவில்லை. குழந்தையான ரங்கநாயகியை ஆள் கையில் கொடுத்துவிட்டு நாங்கள் பேசிக்கொண்டு நடந்து வந்து சேர்ந்தோம்.

பாரதியாருக்கு மிகவும் ஆச்சர்யம். செல்லம்மாவும் அவ்வளவு தூரம் நடந்து வந்து விட்டாரே என்று. எப்பொழுதாவது கால் நோவு என்று சொன்னால், “ஏன் செல்லம்மா ஆருத்திரா தரிசனம் செய்துவிட்டு வருகிறாயா?” என்று கேலி செய்வார்.

இந்த நாட்களில் இவர்களைப் பிரிந்து இருக்கவே மாட்டோம். காலையில் பாதாள கங்கை, மாலை கடற்கரையாக ஆறு மாத காலம் கடந்தது. நடுவில் வான சாஸ்திரப் பித்து எல்லோரையும் பிடித்துக் கொண்டது. அங்கு ஓர் இடத்தில் (நுர்பின்) பூதக் கண்ணாடி வைத்திருப்பார்கள். யார் போனாலும் காட்டுவார்கள். இப்படியாகப் பொழுதைப் போக்குவோம்.

7

பெண்கள் விடுதலை

மாசி மகத்தன்று புருஷர்கள், பெண்டுகள் எல்லாருமாகப் பெருமாளுடன் கடற்கரைக்கு நீராடப் போயிருந்தோம். புதுச்சேரியில் இந்தக் காட்சி மிகவும் அழகாக இருக்கும்.

அன்று மாலை நாலு மணிக்குப் பாரதியார் குழந்தை சகுந்தலாவுடன் வந்தார். என் கடைசித் தங்கை ரங்கநாயகியும் சகுந்தலாவும் சம வயது. இரண்டு பேரும் ஜதையாக விளையாடுவார்கள். அன்றும் விளையாடினார்கள்.

சகு:- ரங்கா, உங்காத்தில் என்ன சமையல்?

ரங்:- கொத்தவரைக்காய்க் கறியமுது; தேங்காய்த் தயிர்ப் பச்சடி; பருப்புத் திருக்கண்ணமுது சாப்பிட்டோம்.

சகு:- இன்னிக்கு என்னடி விசேஷம்?

ரங்:- சமுத்திரத்தில் குளித்தோம்; பெருமாளைச் சேவித்தோம்; பருப்புத் திருக்கண்ணமுது சாப்பிட்டோம்.

சகு:- போம்மா! என்ன பண்டிகை சொல்லேன்.

ரங்:- எனக்குத் தெரியாதம்மா.

சகு:- ஐயோ, அசடே! இன்னிக்கு மாசி மகமடி, மாசி மகம்!

இதுவரையில் அவர்கள் பேசிக் கொள்வதைக் கவனித்துக் கொண்டே இருந்த பாரதியார் கலகலவென்று சிரித்து, "பாப்பா, இங்கே ஓடி வாருங்கள். நீங்கள் இருவரும் கிளி போல் பேசுகிறீர்கள். ஒன்று தங்கக்கிளி, ஒன்று இரும்புக் கிளி. யார் எந்தக் கிளியாகிறீர்கள்?" என்றார்.

சகு:- அப்பா, நான் தங்கக் கிளி, ரங்கா இரும்புக் கிளி; சரிதானே அப்பா?

ரங்:- நானே தங்கக் கிளி, நீ இரும்புக் கிளியாக இரு.

சகு:- அதெல்லாம் முடியாதடி. எங்கப்பாதானே சொன்னார்? நான்தான் தங்கக்கிளி.

ரங்:-போம்மா, நீ சண்டை போடாதே. நாம் ரெண்டு பேருமே தங்கக்கிளிகள்!

பாரதியாருக்குச் சந்தோஷம் தாங்க முடியவில்லை. ரங்காவை எடுத்துக் கொண்டு என் தந்தையிடம் சென்றார். "நான் குழந்தைகளின்

மனம் நோகும்படி சொன்னேன். இந்தக் குழந்தை சரிப்படுத்தி விட்டது" என்று அவர்கள் சம்பாஷணையைச் சொன்னார். அதன் பிறகு அவர் என் தங்கையைத் தங்கக் கிளி என்றே கூப்பிடத் தொடங்கி விட்டார்.

ரங்:- நான் சொல்லியது தப்பா? நாங்கள் இருவரும் வெள்ளையில்லையா?

பாரதி:- நீ சொல்லியது சரி, நீங்கள் இருவரும் தங்கக் கிளிகள்தாம் அம்மா.

ரங்:- சகுந்தலாவை ஏன் எடுத்துக் கொள்ளவில்லை?

பாரதி:- வா, பாப்பா, சகுந்தலா! ரங்கா உன்னையும் தங்கக்கிளி பண்ணிவிட்டாளே!

சகு:- போ அப்பா! நான் வரமாட்டேன். என்னை நீயே எடுத்துக் கொண்டு போ.

பாரதியார் அவர்களை முன்போல் விளையாடும்படி விட்டார். நான் என் பாடங்களை முடித்துக் கொண்டு வந்தேன். "யதுகிரி, இன்று தங்கம்மா பண்ணின வேடிக்கையை கேட்டாயா?'' என்றார் பாரதியார்.

நான்:- என்ன பண்ணினாள்?

பாரதி:- கடல் ஸ்நானமாகிச் சமையலாகப் போதாகும் என்று வழியில் ஓர் ஓட்டலுக்கு இருவரையும் அழைத்துக் கொண்டு போனேன். சகுந்தலா சமத்தாய்ச் சாப்பிட்டு விட்டாள். தங்கம்மா ஒப்பவில்லை; மடியாகக் கடலில் மூழ்கி விட்டு எச்சில் மேஜையில் சாப்பிடமாட்டேன் என்றாள். அவளுக்குத் தனியாக மணை போட்டு வேறு இட்லி கொண்டு வரும்படி சொன்னேன். ஓட்டல் பையன் கண்ணாடித் தம்ளரில் ஜலம் கொணர்ந்தான் தங்கம்மா வேண்டாம் என்றாள். அங்கிருந்த வெண்கல லோட்டாவில் கொணர்ந்தான். "மேஜை மேல் இருந்த லோட்டாவிற்குப் புளி போட்டுச் சுத்தம் செய்யவில்லை. வேண்டாம்" என்றாள் பையனுக்குப் போதும் போதும் என்று ஆகிவிட்டது. கடைசியில் ஒரு வெள்ளி லோட்டாவில் கொணர்ந்தான். இதற்குள் இட்லி ஜில்லென்று போய்விட்டது. வேறு கொண்டு வந்தான். அங்கு எல்லோரும் தங்கம்மாவையே பார்த்தார்கள்! என் சாப்பாடு முடிந்து தங்கம்மாவின் கூற்றைப் பார்த்துக் கொண்டிருந்தேன். பிறகு பணத்தைக் கொடுத்து வெளியில் வந்து, "என்ன அம்மா இவ்வளவு கூத்தடிக்கிறாய்? நீ என்ன கிழவியா மடி செய்ய? என்றேன். அதற்குத் தங்கம்மா, 'கிழவியில்லாவிட்டால் கண்டவர்கள் எச்சிலையெல்லாம் சாப்பிட வேண்டுமா? எனக்கு இதெல்லாம் பிடிக்காது? வாயிலெடுக்க வருகிறது. அவன் ஒரு தொட்டித் தண்ணீரில் அவ்வளவு எச்சில் லோட்டாக்களையும் போட்டான். அப்படியாவது இந்த வயிற்றை நிறைக்காவிட்டால்

என்ன? நாம் போகும்போது காப்பி குடித்துக் கொண்டிருந்த குஷ்டரோகியின் லோட்டாவையும் அதிலேயே போட்டான். ஒரு மணி நேரம் தாமதம் ஆனால் உயிர் போய்விடுமா? ஓட்டல் ரொம்ப அசுத்தம். என் பெரியம்மா உரித்த பலாச்சுளையைத் தீட்டு என்பாள். இங்கு சாப்பிட்டதைப் பார்த்திருந்தால் பொறுக்கவே மாட்டாள். எனக்குச் செல்லம்மா செய்வதே போதும். எனக்கு அவர்கள் செய்வதே சரி என்று ஒத்துப் போயிருக்கிறது" என்று சொன்னாள்.

நான்:- தங்கம்மாவுக்கு ஓட்டல் வழக்கமில்லை. எங்களை எங்கள் அம்மா முந்திரிப் பருப்பு மிட்டாய் ஏலக்காய், மிட்டாய்கூட ஓட்டலில் வாங்கக் கூடாது என்கிறாள்.

பாரதி:- பெரியவர்கள் எப்படியாவது இருக்கட்டும். சின்னக் குழந்தைகளுக்கும் கட்டுப்பாடா?

நான்:- நல்ல வழக்கம். சிறு பிராயம் முதலே படிவது நல்லது இல்லையா?

பாரதி:- இனி தங்கம்மாவை எங்கும் அழைத்துப் போவதில்லை.

நான்:- அவள் சொன்னது சரிதானே? குஷ்டரோகி, க்ஷயரோகி, புண் பிடித்தவர் முதலியர்களின் எச்சிலை நாம் உட்கொள்ள வேண்டிய அவசியம் என்ன?

பாரதி:- நீ அவர்களுக்கு வக்கீல். வாதாடிப் பயனில்லை.

நான்:- நீர் சரியாகச் சொல்லுமே. நான் வாதாடவில்லை.

பாரதி:- நம் பெரியவர்கள் எச்சில் விஷயத்தில் கண்டிப்பான சட்டம் செய்திருப்பது நல்லதே. ஆனால் நாம் ஒரேயடியாக சாதி பேதத்தில் செய்வது தப்பு. பிராமணன் க்ஷயரோகி; அவனிடம் சாப்பிட்டால் மடி; சூத்திரன் நல்ல திடகாத்திரம் உடையவன்; அவனிடம் சாப்பிட்டால் தீட்டு! இன்னொரு வேடிக்கை ரெயிலில் பார்த்தேன். ஒரு சின்ன வண்டியில் இளம் வயதுடைய கணவன் மனைவி இருவர், நான் ஆக மூவரே இருந்தோம். கணவனும் நானும் ஊர்க்கதைகள் பேசினோம் அவன் காப்பி வாங்கி வரப் போனான். அப்பொழுது அந்தப் பெண் என்னை ஊர், பெயர் எல்லாம் விசாரித்தாள். கணவன் தலையைக் கண்டதும் வாய்ப்பூட்டு! பிறகு நான் வெற்றிலை வாங்க இறங்கினேன். அவர்கள் இருவரும் சந்தோஷமாகச் சிரித்துப் பேசிக் தெகாண்டிருந்தார்கள்; என் தலையைக் கண்டதும் வாய்ப்பூட்டு! இது என்ன வழக்கம்? இது சுத்த முட்டாள்தனம். பெரிய பிரசங்கம் பண்ணிவிட வேண்டும் போல் இருந்தது எனக்கு, பிரயாசைப்பட்டு மனத்தை அடக்கிக் கொண்டேன்.

நான்:- அடிமை தன் எசமானின் முன் பேசுகிற சுதந்திரம் இல்லை. ஆவல் அடக்க முடியாமல் அவன் இல்லாதபோது உம்மைக் கேட்டது.

பாரதி:- நல்ல அடிமை! கேட்க வேண்டும் என்று தோன்றிற்று. வீண் வம்பு எதற்கு என்று சும்மா இருந்துவிட்டேன்.

நான்:- பெண்கள் அடிமைத்தனம் நீங்கினால் அவர்களும் தைரியத்தோடு நாலு பேருடன் பேசுவார்கள். இப்போதோ தலையில் அடித்தால் தலைவணங்கி, எதிரே வரும் வண்டி, ஆடு, மாடு முதலியன தெரியாமல் போகிறார்கள்!

பாரதி:- இதோ பார் யதுகிரி, நான் பெண் விடுதலையைப் பற்றிப் பெரிய கட்டுரை எழுதப் போகிறேன். பாட்டுகளும் செய்கிறேன். நீங்கள் பழைய வழக்கங்களை உதறிவிட வேணும்.

நான்:- நீர் விடுதலை கொடுத்ததாக ஆகவில்லையே! நீர் புதுவிதமான அடிமைச் சட்டம் செய்கிறீர். இதில் விடுதலை எங்கே வந்தது?

பாரதி:- உனக்குத் தெரியாது. பழைய சாத்திரங்கள் உதவா. நம் தேசத்தைவிட எல்லா தேசங்களும் முன் சென்றுவிட்டன. பெண் அடிமைப்பட்டு நம் தேசம் பின் தங்கியிருக்கிறது.

நான்:- நீர் என்ன சொன்னாலும் பெண்களால்தான் இந்தத் தேசம் நிலை நின்றிருக்கிறது என்பேன். நீங்கள் மில் வேஷ்டி உடுத்துகிறீர்கள்; நாங்கள் தறியில் நெய்த புடவைகளை உடுத்துக் கொள்கிறோம். வழக்கங்கள், பண்டிகைகள், ஆசாரங்கள், பிரபந்தங்கள், இதிகாசங்கள், புராணங்கள், நீதி நூல்கள் எல்லாம் எங்களால்தான் காப்பற்றப்பட்டிருக் கின்றன. இங்கிலீஷ் பண்டிதர்களான உங்களுக்கு அவைகளைப் பார்க்க வேளை எங்கே இருக்கிறது? யாராவது ஒரு வெள்ளைக்காரன் சொன்னா உங்கள் தாய்மார்களைப் பாராயணப் புத்தகம் இருக்கிறதா என்று கேட்பீர்கள்!

பாரதி:- பலே! ஐயர் சொன்ன பிரசங்கத்தை அப்படியே விழுங்கியிருக்கிறாயே! பரவாயில்லை! குழந்தைகளிடம் தோற்றாலும் சந்தோஷமே. குரு சிஷ்யனிடம் தோற்பது ஒரு பெருமை. அதை நம் தேசத்தில் பலர் எடுத்துக் காட்டியிருக்கிறார்கள்.

நான்:- அது போகட்டும். நாங்கள் சோபனம் அடிப்பதற்குப் புதிய மெட்டில் எங்களுக்கு ஒரு பாட்டுப் பண்ணிக் கொடும்.

பாரதி:- இன்று தங்கம்மா கும்மியடிப்பதற்கு ஒருபாட்டு சொல்லும்படி கேட்டாள் நீயும் அதையே கேட்டாய். நாளைக்கு வரும் போது சொல்கிறேன்.

மறுநாள் பாரதியார், '*பெண்கள் விடுதலை பெற்ற மகிழ்ச்சிகள்*' என்று துவங்கும் கும்மிப்பாட்டை எழுதி வந்தார்; அத்துடன் அதைப் பாடியும் காட்டினார்.

8

கரும்புத் தோட்டத்திலே

பிஜித்தீவில் இந்தியர்கள் படும் கஷ்டங்களைப் பற்றி யாரோ ஒருவர் ஆங்கிலத்தில் பிரசங்கம் செய்திருந்தாராம். அதைத் தமிழ்க் கவிதை செய்யும்படி பாரதியாரைப் பத்திராதிபர்கள் கேட்டார்கள்.

ஒருநாள் சாயங்காலம் ஐயர், என் தகப்பனார் (ஸ்ரீ ஸ்ரீ

ஆச்சாரியார்) நான், மூன்று பேரும் பாரதியாரின் வீட்டிற்குப் போயிருந்தோம்.

பாரதி:- வாருங்கள், ஏது திருமூர்த்தி தரிசனம்!

ஐயர்:- ஏன் இரண்டு நாளாய்க் காணவே இல்லை?

பாரதி:- எனக்கு ஜலதோஷம். குளிர்ந்த தண்ணீரில் குளித்தால் உடனே ஜலதோஷம் பிடிக்கிறது எனக்கு. ஆறு, குளம், சமுத்திரம் இவைகளில் குளித்தால் ஒன்றும் ஆவதில்லை. வீட்டில் குளித்தால் இப்படி. செல்லம்மாவுக்கு உடம்பு சுகமில்லை. வேலைக்காரி ஏதோ சாக்குச் சொல்லி வரவில்லை. பேப்பர்க்காரன் இம்சை வேறு.

ஐயர்:- கிணற்றில் குளிப்பதற்கு முன் வெளி மானத்தில் இருநூறு முன்னூறு அடி உலாத்தி விட்டுக் குளியுங்கள். ஜலதோஷம் பிடிக்காது.

பாரதி:- இந்த வேலை செய்வதற்குப் பதில் மடுவுக்கே போய்க் குளிக்கலாம். நாற்புறமும் இயற்கை அழகைப் பார்க்கலாம். ஸ்நானமும் ஆகும். இந்த மொட்டைச் சுவரைத் திரும்பித் திரும்பிப் பார்க்கப் பிடிக்காது, ஐயரே.

ஐயர்:- வெளியில் போனால் நல்லதே. அப்படிப் போக முடியாதபோது நான் சொன்னபடி செய்யலாமே.... உம்...... பேப்பர் விஷயம் என்ன?

பாரதி:- நம் இந்து அடிமைகள் பிஜித்தீவில் படும் கஷ்டத்தைப் பற்றி யாரோ பிரசங்கம் செய்திருக்கிறார்களாம். அந்த அடிமைகளின் நிலைமையை விளக்கிக் கவிதை செய்து அனுப்பும்படி கேட்டிருக்கிறார்கள்.

ஐயர்:- பாட்டுக்கு என்ன பெயர் வைத்தீர்? பிஜித்தீவு உங்கள் பாட்டால் பிரசித்தியாகிவிடும்.

பாரதி:- அதை நினைத்தே 'கரும்புத்தோட்டம்' எனப் பெயரிட்டிருக்கிறேன் அந்தக் கவிதைக்கு.

என் தகப்பனார், "நல்ல காரியம் செய்தீர்! நம் நாட்டுப் பாட்டில், 'இந்தியா என் அம்மையே' என்று செய்திருக்கிறார்கள். என் மனத்திற்கு அது அமைந்ததில்லை. தமிழ்ப் பதங்களுடன் 'இந்தியா' அமைவதில்லை" என்றார்.

பாட்டைக் கேளுங்கள் என்று 'கரும்புத் தோட்டத்திலே' என்ற பாடலைப் பாடினார் பாரதியார். அந்தப் பாட்டைக் கேட்டதும் என் மனத்தில் ஏற்பட்ட துக்கத்திற்கு அளவே இல்லை. பாரதியார் என்னைப் பார்த்து, "ஐயோ, பைத்தியம்! ஆயிரம் மைல்களுக்கு அப்பால் இருப்பவர்களுக்கு நீ ஏன் அழுகிறாய்?" என்றார்.

ஐயர்:- எங்கள் கண்களிலேயே நீர் பெருகும் போது பெண் குழந்தை அவள் என்ன செய்வாள்? அவள் அழுவதில் அதிசயம் இல்லை.... அரசாங்கத்தார் மீட்க முடியாது என்று சொல்லி விட்டார்களா?

ஸ்ரீ.ஸ்ரீ: அதற்கே பாரதி தெய்வங்களிடம் முறையிட்டிருக்கிறார்.

ஐயர்: போக்கிரித்தனம்! நம் நாட்டு ஜனங்களை நயவஞ்சகமாகப் பேசி லாபங்காட்டி அந்த மேஸ்திரி அழைத்துப் போய் இரக்கமில்லாமல் நடத்துவது பழிக்கத்தக்கது.

பாரதி: நீர் நூறு வருஷத்திய மனிதர், இனி ஏற்றுமதி ஆகும் ஜனங்களைத் தடுக்கலாமே ஒழிய அந்தத் தீவில் அகப்பட்டவர்களை ஒன்றும் செய்ய முடியாது. ஏதோ ஒரு பத்திரிகையில் பார்த்தேன்; ஒரு கிருகஸ்தன் சாப்பாட்டை முடித்துக்கொண்டு ஆபீசுக்குப் போயிருக்கிறான். அவன் சம்சாரம் வேலைகளை முடித்துவிட்டுக் குழந்தையுடன் உட்கார்ந்திருக்கிறாள். அக்கம் பக்கம் யாரும் இல்லை. ஓர் ஆள் வந்து சீட்டு ஒன்றைக் கொடுத்தானாம். அதில், 'உன் புருஷன் சாகுந்தருவாயில் இருக்கிறான். உடனே வா' என்று இருக்கிறது. இவள் வீட்டைப் பூட்டிக் கொண்டு முன்பின் யோசனை இல்லாமல் புறப்பட்டாள்; அந்த நீசன் ஒரு மணிக்குப் புறப்படும் கப்பல் துறைமுகத்திற்கு அவளை அழைத்துச் சென்றான். "கப்பலுக்கு எதற்காக வந்தார்?" என்று கேட்டாளாம் அவள். ஆபீஸ் அதிகாரி கப்பல் தலைவனுக்கு ஒரு காகிதம் கொடுத்தனுப்பினார். கப்பலுக்கு வந்து கம்பிப்படிகளில் ஏறும்போது தலை சுற்றி விழுந்து மண்டை உடைந்தது" என்றானாம் அவன். அந்தப் பெண் அதையும் நம்பிக் கப்பலில் ஏறினாளாம், மேல் மாடிக்குப் போவதற்குள் கப்பல் புறப்பட்டுவிட்டது.

அங்கே இவளைப் போல் அநேகம் பெண்கள் இருந்தார்களாம், எல்லோரும் கப்பல் நகர்ந்தவுடன் அழுதார்களாம். ஏன் என்று இந்தப் பெண் கேட்க, "நாம் அடிமைகள், பிஜித் தீவில் இருக்கும் அடிமைகளுடைய சுகத்திற்காக நாம் நாசம் செய்யப்பட்டோம்" என்று கதறினார்களாம். இப்படி எவ்வளவு குடும்பங்கள் நாசம் செய்யப்பட்டனவோ!

ஐயர்: அந்தப் புருஷனுக்கு என்ன ஆயிற்று? விஷயம் ஒன்றும் இல்லையா?

பாரதி: வீட்டின் வீதிப் பக்கத்து ஜன்னலில் ஒரு துண்டுக்காகிதத்தில், 'எனக்கு உன் ஏழைமைத் தனத்தில் இருக்க முடியாது. நான் பெரிய பதவியை அடையப் போகிறேன். என்னை மறந்து விடு' என்று இருந்ததாம். அவன் போலீஸில் பிராது கொடுத்தானாம். அந்தப் பெண் இந்தத் தேசத்தை விட்டுக் கடல் மேல் போனபின் எங்கே தேடுவது? முடிந்தது கதை.

ஸ்ரீ.ஸ்ரீ: நியாயமாக உண்மையைச் சொல்லிப் பணங்கொடுத்து அழைத்துப் போகக்கூடாதா? இது தப்பு வழி! கேட்பார் இல்லை!

ஐயர்: அது முடியாது. எவ்வளவு ஏழைமை, எவ்வளவு கஷ்டம் வந்தாலும் ஆண்கள் வெளியில் செல்வார்களே ஒழியப் பெண்களை அனுப்ப ஒப்ப மாட்டார்கள்; அதுவும் கண்காணா இடங்களுக்கு, பிஜித் தீவிலுள்ள இந்தியர்களிடையே போதுமான அளவு பெண்கள் இல்லை. அதற்காக அந்தத் தீவு அதிகாரிகள் இப்படி அநீதி செய்கிறார்கள்.

பாரதி: ஒரு தப்பானால் யோசிக்கலாம்; தலைக்கு மிஞ்சியது! துக்கித்துப் பலன்?

நான்: கப்பல்காரனை அவ்வளவு பெண்களும் கேட்டுக் கொண்டால்?....விடமாட்டானா?

பாரதி: அவன் யமகாதகன்! இந்தத் தேசத்துப் பெண்களையே பிடித்துப் பணங்கொடுத்து மோசமாக அழைத்துப் போய்விடுகிறான். அதிகமாகச் சொன்னால் சாட்டையடி!

நான்: எல்லாரும் சமுத்திரத்தில் குதித்து விட்டால்? எல்லாரையும் இப்படித்தான் செய்கிறார்களா?

பாரதி: இல்லை, சில அநாதைகள், சோற்றுக்கு இல்லாமல் தவிக்கும் பெண்கள், படிப்பில்லாத மூடப் பெண்கள் எல்லாரையும் ஓர் இடத்தில் சேர்த்து மூன்று நான்கு மாதத்திற்கு ஒரு தரம் ஏற்றுகிறார்கள். அவன் பேச்சின் மயக்கத்தில் பூலோக நரகமாக இருக்கும் இடம் சுவர்க்கமாகத் தோன்றும்.

ஸ்ரீ.ஸ்ரீ: யதுகிரிக்கு என்ன தெரியும்? நீர் எதையாவது சொன்னால் அதே கிலி பிடிக்கும் அவளுக்கு?

ஐயர்: கொஞ்சம் கஷ்டங்களையும் குழந்தைகளுக்குக் காட்ட வேணும். கோழை நெஞ்சு என்று மூடி வைத்தால் பின்னர் கஷ்டமாகும்.

பாரதி: முன் வரும் கஷ்டங்களைக் குழந்தைகளின் மனத்திற்குக் காட்டக்கூடாது. நம் பெருமையைக் காட்டினால் கஷ்டம் வந்தாலும் தடுக்கும் சக்தி பகவான் கொடுக்கிறார்.

ஐயர்: கொஞ்சம் தைரியமும் இருக்க வேண்டும்.

பாரதி: யதுகிரி, நீ பயப்படாதே. என் பாட்டால் காளி, அந்தப் பெண்களின் அடிமைத்தனம் விலகிப் போகும்படி செய்வாள். நீ சென்று செல்லம்மாவைக் கேட்டு ஜலம் கொண்டு வா. நம் வீடுகளில் எல்லாரும் நன்றாக இருக்கிறோம். ஏதோ ஒரு மூலையில் நடக்கும் விஷயத்துக்கு நீ கவலைப்பட வேண்டாம். எங்கே, சிரி பார்க்கலாம்.

பாரதியார் என்னை அனுப்பிவிட்டார். பிறகு அவர்கள் இரவு ஒன்பது மணி வரையில் பேசிக் கொண்டிருந்தார்கள்.

௯

‘எங்ஙனம் சென்றிருந்தீர்?’

நாளாக ஆகப் புதுவையில் பாரதியார் முதலிய சுதேசிகள் மீது போலீஸ் கட்டுப்பாடுகள் படிப்படியாக அதிகரித்தன மணியார்டர், கடிதங்கள் எல்லாம் தடுக்கப்பட்டன, புதுவையிலிருந்து நாங்கள் எழுதும் கடிதங்கள் விழுப்புரத்தில் எரிக்கப்பட்டன. எரிக்கப்பட்ட விஷயம்கூட எங்களுக்குத் தெரியாது. தபாலாபீசில் இருந்த சில புண்ணிய புருஷர்கள் மூலம் ஒரு வாரத்துக்குப் பிறகுதான். விஷயமறிந்தோம்.

நெருக்கடியான இந்தச் சமயத்தில் பாரதி தமது ‘பாஞ்சாலி சபதம்’ முதல் பாகத்திற்கு இரண்டாம் பதிப்புப் போட யத்தனித்தார். கையில் ஒரு பிரதிகூட இல்லாதபடி முதல் பதிப்பை விலைக்கும் தானமாகவும் அள்ளிக் கொடுத்துவிட்டார், அவர் தானமே அதிகம், பிரதியும் இல்லை; கையெழுத்து மூலமும் அகப்படவில்லை. பாரதியார் எங்கள் வீட்டிற்கு வந்தார்; ஐயர், ஐயா (என் தகப்பனார்) இருவரையும் பிரதி இருக்கிறதா என்று கேட்டார். அவர்களிடமும் இல்லை.

ஐயர், “இது என்ன பாரதி! இப்படியும் உண்டா?” கையிருப்புக்கு ஒரு பிரதி வைத்துக் கொள்வதில்லை?” என்று வருந்தினார்.

பாரதியார், “உள்ளே இருக்குமென்று நினைத்து விட்டேன். மறுபடியும் பாடிவிடலாம். ஆனால் அதேபோல அமைவது கஷ்டம். போகட்டும் இன்னொன்றே செய்துவிடுகிறேன்” என்றார்.

என் தகப்பனார், “ஏன், குழந்தைகளிடமும் இல்லையா?” அட்டையின் அழகுக்காக எடுத்து வைப்பதுண்டு. யதுகிரியைக் கேட்டுப் பாரும்” என்றார்.

பாரதி என்னைக் கூப்பிட்டார். மாடிக்குப் போனேன். “யதுகிரி, உன்னிடம் ‘பாஞ்சாலி சபதம்’ இருக்கிறதா?” என்று கேட்டார்.

“இருக்கிறது. ஆனால் அதை ஒருவருக்கும் தரமாட்டேன். என் ‘ஆதிபர்வம்’ புத்தகத்தை யார் வீட்டிலோ வைத்து விட்டீர். திரும்ப வரவேயில்லை. இதைத் தரமாட்டேன்” என்றேன்.

“ஆதி பர்வம் புதிதாகத் தந்துவிடுகிறேன். நீ சமய சஞ்சீவி அம்மா, இதைக் காட்டிலும் முதல்தரமான புத்தகம் தருகிறேன். பாஞ்சாலி சபதத்தைக் கொடு” என்று பாரதியார் மனங்குளிரப் பேசினார். அலமாரியிலிருந்து புத்தகத்தைக் கொண்டு வந்து கொடுத்தேன். அதன்

அட்டை அழுக்காகி விடாமல் மேலே காகிதம் போட்டு ஜாக்கிரதையாக வைத்திருந்ததைக் கண்டு பாரதி வியந்தார்.

“இது பாரதிக்கு வேண்டுமாம், கொடு, மறுபடியும் அச்சடித்துப் புதுப் புத்தகம் வரும்போது அதில் புதிதாக ஒரு பிரதி கொடுத்துவிடுவார்” என்று என் தகப்பனார் சொன்னார். ஆனால் எனக்குப் புத்தகத்தைக் கொடுக்க மனம் வரவேயில்லை. “புதுப்புத்தகம் வேண்டாம். எனக்கு இந்தப் புத்தகம்தான் வேண்டும். வேலை முடிந்ததும் திருப்பிக் கொடுத்து விடுங்கள்” என்றேன் சரி என்றார் பாரதி.

ஆனால் அந்தப் புத்தகம் திரும்பி வரவே இல்லை. அதன் முதல் பக்கத்தில் ‘ஸௌபாக்கியவதி யதுகிரி தேவிக்கு அன்புடன் கொடுத்தேன். சி. சுப்பிரமணிய பாரதி’ என்று அவர் கைப்பட எழுதியிருந்தார்.

பாரதியார் எந்தப் புத்தகம் அச்சிடட்டும் - அது இங்கிலீஷாக இருந்தாலும் - எனக்கு ஒரு பிரதி கொடுத்து விடுவார். ஐயரும் ‘மங்கையர்க்கரசி’, ‘சந்திரகுப்தன்’ முதலிய புத்தகங்கள் கொடுத்திருக்கிறார். ஆனால் அவர் அதில் ஒன்றும் எழுதித் தரமாட்டார்.

அந்தக் கஷ்ட காலத்தில் பாரதியார் வீட்டில் எப்படித்தான் குடும்பம் நடத்தினார்களோ எனக்குத் தெரியாது. எனக்கு அந்த யோசனையும் இல்லை. “பாரதியார் இப்போது ஏன் பாட்டுச் செய்வதில்லை!” என்று அடிக்கடி என் தந்தையைக் கேட்பேன். “ஏதோ வேறு வேலை இருப்பதால் செய்யவில்லை” என்பார் அவர்.

ஒரு நாள் மாடியில் பாரதியாரின் குரல் கேட்டது. சாதக பட்சியைப் போல் எதிர்நோக்கியிருந்த நான் மெத்தைக்கு ஓடினேன். என்னைக் கண்டதும் ஆதரவுடன் தம் பக்கத்தில் உட்கார்த்திக் கொண்டார்.

பாரதி: முன்பெல்லாம் பாடும்போது இவ்வளவு ஆவல் தெரியாது. இன்று எவ்வளவு ஆத்திரம் பாருங்கள் யதுகிரிக்கு!

ஸ்ரீ.ஸ்ரீ.: சில நாட்களாகப் பாரதியார் ஏன் பாட்டுச் செய்வதில்லை என்று அடிக்கடி கேட்பாள். வேறு வேலை இருப்பதால் செய்வதில்லை என்பேன்.

பாரதி: வேலையும் இல்லை; மண்ணும் இல்லை. ராஜாராம். தன் தகப்பனார் தமிழ்ப்படுத்திய உபநிஷத்தைச் சரியாக இருக்கிறதா இல்லையா என்று பார்க்கும்படி சொன்னான். அதுவே சுமார் மூன்று மாதம் பிடித்தது. மறுபடியும் இன்று முதல் முதலாக ‘ஸரஸ்வதி ஸ்தோத்திரம்’ செய்திருக்கிறேன்.

நொண்டிச்சிந்து மெட்டில், ‘எங்ஙனம் சென்றிருந்தீர்?’ என்ற பாடலைப் பாரதியார் பாடி முடித்தபோது ஐயர் வந்தார். அவருக்கும் பாடிக் காண்பித்தார்.

ஐயர்: மிகவும் நன்றாக இருக்கிறது. நாலைந்து மாத விஷயங்களையும் ஐந்து அடிகளில் அடக்கியிருக்கிறார்.

ஸ்ரீ.ஸ்ரீ: ஒரு பதத்தில் நூறு பொருள்களை அடக்கும் சக்தி பாரதி தவிர யாருக்கும் வராது.

பாரதி: நம் நால்வருக்குள் நம் குண விசேஷங்கள் அடங்கிவிட்டன. நான் நன்றாகப் பாடுகிறேன் என்கிறீர் நீர். உம்மைப் போன்ற எழுத்தாளர் இல்லை என்று சொல்கிறேன் நான். ஐயரைப்போன்று மொழிபெயர்ப்பு நிபுணர் கிடையாது என்று நாம் சொல்கிறோம். பாபுவைப் போல் (அரவிந்தரைப் போல்) பழைய வேதங்களை இங்கிலீஷில் மொழிபெயர்த்து அடுக்குபவர் கிடையாது என்கிறோம். நாலுபேர் நான்கு பக்கத்திற்கு.

ஸ்ரீ.ஸ்ரீ.: காலம் வரும். அவசரப்பட வேண்டாம். இது சோதனைக்காலம்.

ஐயர்: சாட்சாத் தேவதைகள் பாற்கடலைக் கடைந்தபோது முதலில் விஷம் வந்தது. ஒரு புதிய வழியில் முதலில் போகிறவர்களுக்கு ஆரம்பத்தில் கஷ்டம் என்பதற்கு இதைவிட ஆதர்சம் வேண்டாம். மனமுடைந்து போகாமல் தீவிரமாக ஒரு காரியத்தைச் செய்பவனுக்கு அமிர்தம் கிடைப்பது உறுதி.

பாரதி: நமக்குக் கடிதங்கள்கூட வருவதில்லை. ஊருக்காவது போகிறேன் என்கிறாள் செல்லம்மா.

ஸ்ரீ.ஸ்ரீ: அவர் சொல்வதும் நியாயம். இன்று 'ஸரஸ்வதி தோத்திரம்' செய்திருக்கிறீர். நாளைக்கு 'சுதேசமித்திர' னிடமிருந்து காகிதம் வரும் பாரும். பயமில்லை.

மறுநாள் செல்லம்மா எங்கள் வீட்டிற்கு வந்தார். கலகலப்பாக இருந்தார்.

செல்: ஒரு சந்தோஷ சமாச்சாரம். "சுதேசமித்திர"னிடமிருந்து கட்டுரை அனுப்பும்படி கடிதம் வந்தது. மூன்று மாதமாகத் தடைப்பட்டிருந்த பணமும் வந்தது. நேற்று உங்கள் ஐயா சொன்னது பலித்துவிட்டது.

நான்: நீர் ஊருக்குப் போக விரும்புவதாய்ப் பாரதி சொன்னார். நீர் ஒரு வேளை 'தீட்டுக் குளிக்கவில்லை'யோ என்று நினைத்தேன்.

செல்: தெய்வம் எல்லாவிதத்திலும் தொந்தரவு கொடுக்காது யதுகிரி. இந்த இரண்டு குழந்தைகளே போதும், இந்தக் கஷ்டங்களோடு அதையும் சேர்க்காது.

நான்: பிள்ளைக் குழந்தை வேண்டாமா?

செல்: பிள்ளைகள் கொடை சாய்க்கிறதை இந்தப் பெண்கள் செய்யாமல் போகாது. இவரைப் பார்; பூணூல் இல்லை தர்ப்பணம் இல்லை. எனக்குப் பிள்ளை பிறந்து உத்திரக்கிரியை செய்வதைப் பார்க்கலாம்!

நான்: ஆனால் அவர் பூணூல் போட்டுக் கொள்வதில்லையா?

செல்: சகுந்தலா பிறந்தபோது எடுத்துவிட்டார். யாகம், யக்ஞம் செய்கிறவர்களுக்குத்தான் பூணூலாம். வாத்தியாருக்கே திருப்பிக் கொடுத்துவிட்டார்.

இதற்குள் பாரதியாரும் வந்தார். எல்லோரும் புறப்பட்டோம். என் கேள்விகளைச் செல்லம்மா பாரதியாருக்கச் சொன்னார்.

பாரதி: பிள்ளை பிறந்து செய்வதைப் பார்த்துக் கொள்ளலாம். 'புத்ராத் சதகுணம் புத்ரி' என்று இருக்கிறது. இங்கிலீஷில் ஒரு பழமொழி. 'பிள்ளை, பெண்டாட்டி வரும் வரையில் பிள்ளை; பெண், சாகும் வரையில் பெண்' என்று இருக்கிறது. நான் என் தந்தைக்கு என்ன செய்தேன்? அதற்கு மேல் என் பிள்ளை!

பல விஷயங்களைப் பேசிக்கொண்டு இருந்துவிட்டு இரவு எட்டுமணிக்கு வீடு திரும்பினோம். பாரதியாரின் பேச்சிலெல்லாம் விரக்தியும் உதாசீனமும் நிறைந்திருந்தன.

10

பாருக்குள்ளே நல்ல நாடு

ஒரு நாள் பாலு என்ற நண்பன் வந்து, "செல்லம்மா ரொம்ப அழுது கொண்டு வருந்துகிறார். என்ன சொன்னாலும் கேட்க மாட்டேன். என்கிறார். நேற்றெல்லாம் சாப்பிடவேயில்லை" என்றான். என் தகப்பனார் என்னையும் அழைத்துக் கொண்டு பாரதியார் வீட்டுக்குப் போனார். பாரதியாருக்குப் புதுச்சேரி அலுத்துவிட்டது. ஊர் சுற்ற வேணும் என்ற எண்ணம் அவரை மீறியது. செல்லம்மாவிடம் சொல்லவில்லை. ஒருவேளை என் தகப்பனாருக்குத் தெரியுமோ என்னவோ!

தாடி மீசையை எடுத்துவிட்டு மாறுவேடம் பூண்டு, பாரதியார் புறப்பட்டு விட்டார். ஒரு நாளெல்லாம் காத்திருந்தார் செல்லம்மா. மறுநாள் பாலு சென்றான். செல்லம்மா முதல் நாள் உண்டதுதான்! செல்லம்மாவை எங்கள் வீட்டிற்கு வரும்படி அழைத்தேன். "எனக்கு இங்கிருப்பதில் பயமில்லை. அவரைப் பற்றித்தான் விசாரமாக இருக்கிறது. எந்த விஷயத்திலும் அவருக்குத் துணிவு ஜாஸ்தி. போலீசார் அவரை அடையாளம் கண்டுபிடித்து விட்டால் என்ன ஆகும்! அவருக்குத்தான் என்ன நெஞ்சழுத்தம்! 'என்னடா, நம்மை நம்பி வந்தாளே; அவளிடம் சொல்ல வேண்டாமா என்று இல்லையே!' என்று செல்லம்மா கூறினார்.

என் தகப்பனாருக்கு அசல் வீட்டுப் பெண்களுடன் பேசுவது என்றால் ரொம்ப சங்கோஜம். என்னிடம், "ஒன்றும் பயமில்லை என்று சொல்லு, யதுகிரி. நீங்கள் பயந்து போவீர்களென்று சொல்லவில்லை. அவர் சமர்த்தர். அப்படியெல்லாம் அகப்பட்டுக் கொள்ளமாட்டார். அந்த அம்மாவுக்குத் தனியாக இருப்பது கஷ்டமாயிருக்கும். குழந்தையோடு நம் வீட்டிற்கு வரச் சொல்லு. இடம் நிறைய இருக்கிறது" என்றார்.

"எனக்கு ஒன்றும் கஷ்டமில்லை. அக்கம்பக்கம் இருக்கும் ஜனங்கள் ரொம்ப நல்லவர்கள். பழகியிருக்கிறார்கள். அவர் விஷயம்தான் ரொம்ப விசாரமாயிருக்கிறது. என் தகப்பனாருக்கும் அண்ணனுக்கும் கடிதம் போடுகிறேன். நான் ஊருக்கும் போகிறேன். அவர் இல்லாமல் எனக்கு இங்கே என்ன வேலை?" என்றார் செல்லம்மா.

என்னிடம் பத்து ரூபாய் கொடுத்துச் செல்லம்மாவிடம் கொடுக்கச் சொன்னார் என் தகப்பனார். என்னை அங்கேயே இருக்கும்படி சொன்னார். நான் அன்று பாரதியார் வீட்டிலேயே இருந்தேன்.

எனக்காகச் செல்லம்மா உணவு சமைக்க எழுந்தார். பாரதியார் பெண் சகுந்தலா அண்ணியம்மாள் வீட்டில் சாப்பிட்டது. மற்றொரு பெண் தங்கம்மாள் காசியில் பெரியம்மாவிடம் இருந்தாள். செல்லம்மாவை நான் எங்கள் வீட்டிற்கு வரும்படி மீண்டும் அழைத்தேன்.

செல்: இல்லை யதுகிரி இந்த வீட்டில் சாமான்களைப் போட்டுவிட்டு அங்கு வர முடியாது. இப்போது மாத்திரமல்ல; என் கல்யாணத்திலிருந்து அவரை இந்தச் சுதேசி இயக்கத்தில் சேர வேண்டாமென்று எவ்வளவோ சொன்னார்கள். இவர் கட்டாயமாகச் சேர்ந்தார். அதற்காக ஊரைவிட்டு, வீடு வாசலைவிட்டு, இந்த ஊரில் வந்து சேர்ந்தாயிற்று. நம்மைக் காவல்காரர்கள் (வேவுகாரர்கள்) போட்டுத் தபால்களைத் தடுத்துப் படாதபாடு படுத்தும்போது தானாகப் போய்த் தொழுவத்தில் மாட்டிக் கொள்வதா? அகப்பட்டு விட்டால் அந்தமான் தீவுக்கு எங்காவது அனுப்பி விட்டால் என்ன செய்வது? யார் என்ன செய்தாலும் திரும்புமா? நமக்கு யார் இருக்கிறார்கள்?

செல்: ஏன் செல்லம்மா, பயப்படுகிறீர்கள்? அவர் வந்து விடுவார்.

செல்: அவரால் அடக்கமாக இருக்க முடியாது. என் தகப்பனார் சொல்வார், ‘மலைபோல் வந்த கஷ்டங்களைப் பனி போல் நீக்குவார் குமரக்கடவுள்’ என்று அவர்தான் துணை.

நான்: வீட்டுக்குப் போகட்டுமா, செல்லம்மா?

செல்: வேண்டாம்! நானும் சாயங்காலம் உங்கள் வீட்டிற்கு வருகிறேன். இங்கேயே இரு. உன்னுடன் பேசிக் கொஞ்சம் காலத்தை ஓட்டுகிறேன்.

ஊர்க்கதைகளைப் பேசிக்கொண்டு சாப்பிட்டு எழுந்தோம். வ.வே.சு. ஐயரின் மனைவி பாக்கியலெக்ஷ்மியம்மாள் சாப்பாடு முடித்துக் கொண்டு அதே சமயம் அங்கு வந்தார். நாங்கள் மூன்று பேரும் பாய்மேல் கூடத்தில் உட்கார்ந்தோம்.

பாக்: செல்லம்மா! எங்கள் வீட்டிற்கு வந்து விடும். நீங்கள் தனியாக இருக்க வேண்டாம். எங்களுக்கும் பொழுது போகும்.

செல்: என்னைப் பற்றி எனக்கு விசாரமே கிடையாது. அண்ணியம்மாள் இங்கேயே இருக்கிறாள். அவர்கள் குழந்தைகள் எப்பொழுதும் என்னை வளைய வருகிறதுகள். சகுந்தலா அவர்கள் குழந்தையாய் வளருகிறது. என் நினைவெல்லாம் அவர் (பாரதியார்) செய்த காரியம் என்ன துணிச்சல் என்பதே.

பாக்: இதற்கே நீங்கள் இவ்வளவு பயப்படுகிறீர்களே? இவர் (ஐயர்) சீமையில் இருக்கும்போது எனக்கு எப்படி இருந்திருக்கும்?

செல்: ஐயரைப் போல் இவர் அடக்கமாக இருந்திருந்தால் எனக்குக் கவலை கிடையாது. எதையாவது பார்த்துப் பாடி ஆரம்பித்துவிட்டால் என்ன செய்வது?

பாக்: நீங்கள் சொல்வதும் சரியே. இவர் அப்படிச் செய்ய மாட்டார். தாம் இருந்த ஊர்களைச் சுற்றிப் பார்த்துவிட்டு வந்து விடுவார்.

செல்: நான் விசாரப்பட்டு என்ன பயன்? எல்லாம் விதிப்படிதான் நடக்கும். சென்னை டாக்டர் நஞ்சுண்டராவ் இவருக்குப் பிராண சிநேகிதர். சுதேசி விஷயத்தில் அவர் பேச்சையும் தட்டிவிட்டார். இன்னும் என்ன கஷ்டங்கள் காத்திருக்கின்றனவோ, யாருக்குத் தெரியும்?

நான்: ஏன் நாம் நல்லதையே சொல்வோம் செல்லம்மா. தெய்வம் கைவிடாது. நல்ல காரியத்தைச் செய்தால் நன்மையே வரும்.

சாயங்காலம் எங்கள் வீட்டிற்கு வந்தார் செல்லம்மா - என் தாயுடன் பேசிக் கொண்டிருந்தார்.

இதெல்லாம் நடந்து பத்துப் பதினைந்து நாள் கழிந்துவிட்டது.

ஒருநாள் நான் மாடிக்குப் போனேன். யாரோ ஒரு புதிய மனிதர் உட்கார்ந்து என் தந்தையுடன் பேசிக் கொண்டிருந்தார். நான் மேஜையின் முன் அமர்ந்து பாடங்களை எழுதிக் கொண்டிருந்தேன். புதிய மனிதர் என்னைப் பார்த்து "எங்கே என் காணிக்கை?" என்றார். எனக்குத் தூக்கிவாரிப் போட்டது. அவர் மறுபடி, "என்னை உன்னாலேயே கூட அடையாளம் கண்டுபிடிக்க முடியவில்லையா?" என்றார்.

நான்: பாரதியாரா? ஐயோ, பாவம்! செல்லம்மா புழுப்போல் துடித்துவிட்டாரே! இப்படியும் பண்ணலாமா?

பாரதி: என்ன செய்தேன்? என்னைக் கண்டால் குதித்து ஓடிவரும் உனக்கே தெரியவில்லையே! அந்த ஸி.ஐ.டி.க்களால் என்னைக் கண்டுபிடிக்க முடியுமா?

அவர் காணிக்கையைச் செலுத்திவிட்டு, "நீங்கள் எங்கே போயிருந்தீர்கள்? என்ன என்ன பார்த்தீர்கள்? என்று கேட்டேன்.

பாரதி: இதென்ன, ஒரே மூச்சில் கேட்டால் எப்படி சொல்வது? நிதானமாகச் சொல்கிறேன்! நீதான் செல்லம்மாவுக்குத் தைரியம் சொன்னாயாம்!

நான்: என்ன தைரியம்? அவருக்கு லக்ஷியமா? அவர் சாப்பாடு கூடச் சாப்பிடவில்லை. இங்கு வரும்படி அழைத்தேன்; அதுவும் செய்யவில்லை.

பாரதி: அவள் வராவிட்டால் நான் என்ன செய்வது? உங்கள் பலத்தின் பேரில்தான் போனேன். முதலிலேயே சொல்லியிருந்தால் போகவே கூடாது என்று செல்லம்மாள் தடுத்திருப்பாள்.

நான்: புதிய பாட்டு ஒன்றும் இல்லையா?

பாரதி: ரெயிலில் போகும்போதே கட்டியாய் விட்டது. எங்கே உரக்கப் பாடிவிடுவேனா என்று அடிக்கடி என்னையே அடக்கிக்

கொள்வேன். நாளைக்குப் பாடுகிறேன் அந்தப் பாட்டை. இன்று ஜலதோஷம்; தொண்டை கம்மியிருக்கிறது.

மறுநாள் பாரதியார் வந்து தாம் சொன்னபடி தமது புதிய பாட்டைப் பாடினார். அது *'பாருக்குள்ளே நல்ல நாடு எங்கள் பாரத நாடு'* என்று ஆரம்பிக்கும் தேசியகீதம். பாட்டை ரெயிலில் ஒரு பிச்சைக்காரப் பெண் பாடினாளாம். அதே மெட்டில் இவர் கவிதை இயற்றியிருந்தார்.

பாரதியாரின் இந்த அஞ்ஞாத வாசத்திற்குப் பின் செல்லம்மாள் வேளா வேளைக்குச் சாப்பிடாமல் இளைத்திருந்தார். செல்லம்மாளின் தந்தை வந்து, "என் பெண்ணுக்கு அன்னத் துவேஷம் பிடித்துவிட்டது. இங்கிருந்தால் பிழைக்கமாட்டாள்" என்று செல்லம்மாவையும் குழந்தை சகுந்தலாவையும் அழைத்துக் கொண்டு கடையத்திற்குப் போனார்.

பாரதியாருக்கு என்ன விசாரம்? யார் அழைத்தாலும் மறு பேச்சில்லாமல் சாப்பிட்டு விடுவார். செல்லம்மா இரண்டு மாதம் கழித்து வந்தார். அவரே சொல்லுவார்: "அவருக்கு என்ன விசாரமடி? ஊரெல்லாம் பந்துக்கள். எனக்குத்தான் மனம் பொறுக்கவில்லை இங்கு இவர் திண்டாடுகிறாரே என்று. வந்தால், 'ஏன் இவ்வளவு சீக்கிரம் வந்து விட்டாய்? நீ குஷியாய் இருந்தால் நான் வேண்டாம் என்றேனா?' என்று கேட்கிறார். இவர் என்ன மனிதரோ, தெரியாது."

வரும்போது செல்லம்மா, மூத்த பெண் தங்கம்மாவை அழைத்து வந்தார். தங்கம்மா நல்ல ஆசார மிகுந்த இடத்தில் வளர்ந்த குழந்தை. பாரதியாருக்கும் அவளுக்கும் வாதம் பலக்கும். இவர் கட்சியே ஜெயிக்கும். என்ன இருந்தாலும் தகப்பனார் என்று தணிந்து போய்விடுவார் தங்கம்மா.

11

உபதேசம்

முன் நிலாக் காலம். மாலையில் வழக்கம் போல கடற்கரைக்குச் சென்றோம். சங்கர செட்டியாரின்[1] பெண் பத்மாவதி எனக்குப் பழக்கமாயிருந்தாள். அவள் மீனா, தங்கம்மா, செல்லம்மா, என் தங்கை, தாய் ஆகியோர் தினசரி கடற்கரைக்குச் சென்று ஏழு, எட்டு மணிக்கு வீடு திரும்புவது வழக்கமாகியிருந்தது.

அன்று என் தகப்பனாருக்கு மார்வலி. என் தாய் எங்களோடு கடற்கரைக்கு வரவில்லை. நாங்கள் கடற்கரையில் அமர்ந்து பேசிக் கொண்டிருக்கையில் அரவிந்தர் வீட்டிலிருந்து ஐயரும் பாரதியும் வந்தார்கள். நாம் போனால் பெண்கள் கூட்டம் கலைந்துவிடும் என்று ஐயர் வேறு யாருடனோ பேசிக்கொண்டு தொலைவிலேயே இருந்துவிட்டார் பாரதி மட்டும் நாங்கள் இருக்கும் இடத்திற்கு வந்தார்.

பாரதி: நான் வந்ததில் உங்களில் யாருக்காவது கஷ்டமா?

செல்: எல்லாம் நம் குழந்தைகளே. பத்மாவதியும் குழந்தைதான். வாருங்கள்.

பாரதி வந்து எங்கள் அருகில் அமர்ந்து கொண்டார்.

பாரதி: ஏது யதுகிரியை முன் போலெல்லாம் பார்க்க முடிகிறதே இல்லை? பெண்கள் கூட்டத்தில் அதிகப் பழக்கம் ஏற்பட்டிருக்கிறாற் போல் இருக்கிறதே!

செல்: உங்களுக்குத் தெரியாதா சமாசாரம்? அவளுக்குச் சித்திரையில் கல்யாணம் செய்யப் போகிறார்களாம், வரன் பார்த்துக் கொண்டிருக்கிறார்கள். புக்ககம் போனால் புருஷர்களோடு பழக முடியுமா? இப்பொழுதே அடக்கம். பழகிக் கொள்கிறாள்!

பாரதி: எப்போது அம்மா கல்யாணம்?

நான்: எனக்குத் தெரியாது. என் பாட்டி ஏதோ தீர்மானித்திருக்கின்றார். ஐயர், பாரதியார் தவிர யாருடனும் பேசாதே என்றாள் அம்மா.

பாரதி: பேசினால் என்ன தப்பு?

நான்: எனக்குத் தெரியாது. அம்மா சொன்னாள்.

செல்: அவர்கள் வீட்டில் அவளைப் புருஷக் குழந்தை போல் வளர்த்திருக்கிறார்கள். மாமியார் வீட்டிற்குச் சென்றால் முதலில்

கஷ்டமாகும். இப்போதே சிறிது பழகினால் சௌகரியமாக இருக்கும் அல்லவா?

பாரதி: ஆனாலும் சின்னது. ஸ்ரீநிவாஸாச்சாரியார் பழைய கால மனிதர். உலகந் தெரியாத குழந்தைக்குப் பொம்மைக் கல்யாணம் செய்கிறார்.

செல்: பிராமணர்கள் ஒன்பது வயதுக்கே கல்யாணம் செய்யவேணும் என்கிறது சாஸ்திரம். சௌகரியம் இல்லாததால் இப்போது நிதானமாய்ச் செய்கிறார்கள்.

பாரதி: வழக்கமும் சாஸ்திரமும் ஒன்றிரண்டில்லை. நீயும் தங்கத்திற்குக் கல்யாணம் செய்து வைத்துவிடு. அர்த்தம் தெரியாத பொம்மைக் கல்யாணம்!

செல்: தங்கத்தை அக்காள் வளர்த்தாள். அவளே செய்து வைப்பாள்.

பாரதி: யதுகிரி; இனி நீ வேறு பிரபஞ்சத்தில் கண்விடப் போகிறாய்!

செல்: இதென்ன, கல்யாணம் ஆகிவிட்டால் இங்கு வரவே மாட்டாளா?

பாரதி: செல்லம்மா, கல்யாணத்துக்குப் பின் நான் முன்போல் யதுகிரியுடன் பழக முடியுமா? அவள் புருஷன் அனுமதி வேணும்.

செல்: இப்பொழுதே அதைப் பற்றி என்ன யோசனை? அவள் அங்கு போன பிறகு பார்க்கலாம்.

பாரதி: யதுகிரி, நாம் எடுத்து வளர்த்த குழந்தை என்று நான் உன் புக்ககத்துக்கு வந்தால், 'யாரோ வடமன் வந்தால் அவனிடம் என்ன பேச்சு?' என்பார்கள். உனக்குத் தெரியாது யதுகிரி. நீ இதுவரையில் ஒரு பிரபஞ்சந்தான் பார்த்திருக்கிறாய். ஆனால் நீ புதிதாய்ப் போகிற உலகம் வேறு. அங்கே நூறு வருஷத்துக்கு முந்திய ஆசாரங்களை அனுஷ்டிப்பார்கள். நம் வீடுகள் மிகவும் சுதந்திரம் உடைய வீடுகள். அதற்காகவே நாங்கள் ஊரை விட்டு வாசலை விட்டு இங்கு இருக்கிறோம். இந்த நிலை ஒவ்வொரு குடும்பத்திலும் வர முப்பது வருஷங்களாவது பிடிக்கும். அது வரையில் நீ பழைய விதிகளிலேயே போக வேணும்.

செல்: இதென்ன, ஜெயிலுக்குப் போகும் கைதிகளுக்குச் சொல்வதைப் போல் இருக்கிறதே உங்கள் பேச்சு? அவள் பயந்துவிடப் போகிறாள்.

பாரதி: உலகத்தில் இருக்கும் கஷ்டம், அடிமைத்தனம், சில மூட வழக்கங்கள் அவளுக்குத் தெரியா. நம் வகுப்பில் கல்யாணமானால் தனிக் குடித்தனம் வைத்து விடுகிறார்கள். ஆனால், மண்டையத்தார் வகுப்பில் அந்த வழக்கம் வரவில்லை.

செல்: ஆகா? நான் தனியாக வந்து ஐந்து வருஷமாயிற்று.

பாரதி: அது பழைய காலம். நேற்று திருநெல்வேலியில் பார்த்தேனே. எல்லாம் தனிக்குடிகளே தவிர ஒட்டுக்குடி ஒன்றாவது காணோம். நம் விஷயம் இருக்கட்டும் உனக்கு இஷ்டமா யதுகிரி?

நான்: எனக்கு ஒன்றும் தெரியாது. ஐயா, அம்மா சொன்னபடி. அவர்களே பாட்டி சொல்வது போல் நடக்கும்போது என் இஷ்டத்தைப் பற்றி என்ன?

பாரதி: பிள்ளை நிச்சயமாயிற்றா? பையனை நீ பார்த்திருக்கிறாயா?

நான்: நான் ஒருவரையும் பார்த்ததில்லை. நாலைந்து இடங்களிலிருந்து கடிதங்கள் வந்திருக்கின்றன. அம்மா ஒன்றைச் சொல்கிறாள். பாட்டி இன்னொன்றைச் சொல்கிறாள். ஐயா, 'உங்களுக்குள் நிச்சயம் பண்ணிச் சொல்லுங்கள் பார்க்கலாம்' என்கிறார். இவ்வளவே எனக்குத் தெரிந்த செய்தி.

பாரதி: எங்கள் கல்யாணமும் இப்படியே நடந்தது. ஆனால் புதிய நாகரிகம் பரவிப் பிள்ளைகள் படித்த பெண் வேண்டும் என்று ஆசைப்படுகிறார்கள். உங்கள் வகுப்பில் அந்த வழக்கம் இன்னும் வரவில்லையா?

நான்: இன்னும் பழைய ஆசாரங்களை விடவில்லை பெண்கள் வீட்டில் படிக்கிறார்களே தவிர பள்ளிக்கூடம் போகவில்லை. பெரிய உத்தியோகஸ்தர்களின் பெண்கள் இரண்டொருவர் பள்ளிக்கூடத்தில் போய்ப் படிக்கிறார்கள்.

பாரதி: அப்படியானால், கல்யாணம் நிச்சயம் என்று சொல்லு. என்னை மறந்து விடாதே அம்மா. புருஷன் பக்கத்தில் இருந்துவிட்டால் உலகமே மறந்து போகிறது. இந்த ஏழைத் தந்தையின் நினைவு இருக்கட்டும்.

நான்: உம்மை மறக்க முடியுமா? நீர் ஏழை என்றாலும் உம்முடைய பாட்டு எல்லோரையும் மீறி இருக்கிறது. ஐயர் நேற்றுச் சொன்னார்: "ஏன் பாரதியைக் கவியரசர் என்று அழைக்கக்கூடாது?" என்று, பணம் செலவழிந்துவிடும் பாட்டு அழியாது. என்றைக்கும் நினைவு இருக்கும்.

பாரதி: உன்னைப் போல் சில சிஷ்யைகள் இருந்துவிட்டால் நான் என் பாடல்களை அச்சிடவே வேண்டாம். என் பாட்டுகளை அப்படி உருப்போட்டிருக்கிறாய் நீ. செல்லம்மா, யதுகிரியின் கல்யாணத்தில் ஒருநாள் தேசிய சங்கீதம் நான் பாடப் போகிறேன். அதுவே நான் செய்யும் வெகுமானம். நமக்கு நல்லகாலம் வந்தால் என்றைக்கும் மறக்காதபடி செய்துவிடுவோம்.

செல்: உங்கள் மனம் இந்தக் கடலை விடப் பெரியது. அதிருஷ்டம் வந்தால் அந்த வெகுமானமும் செய்து விடுவோம்.

நான்: உம் கச்சேரியை விடப் பெரிய வெகுமானம் எது இருக்கிறது? ஐயாவுக்கு உடம்பே சரியாக இல்லை. ஐயரும் நீருந்தான் ஓடியாடிக் கல்யாணத்தைக் கவனிக்க வேணும்.

பாரதி: வெளி வேலைகளையெல்லாம் நாங்கள் பார்த்துக் கொள்கிறோம். சமையற்கட்டின் பக்கம் எங்களைச் சேர்க்க மாட்டார்களே!

நான்: அதற்கெல்லாம் என் பாட்டி ஏற்பாடு செய்வாள். ஜனங்கள் நிறைய இருக்க வேணும் பாட்டிக்கு. கொஞ்சம் குறைந்தால் கூடச் சகிக்க மாட்டாள். ஒரு ராஜாங்கத்தை நடத்தும் சக்தி என் பாட்டிக்கு உண்டு.

பாரதி ஒரு பெரிய பிரசங்கமே செய்துவிட்டார். அவர் சொன்னார்: "யதுகிரி, நான் சில புத்திமதிகள் சொல்கிறேன் மறக்காதே! பெண்களுக்கு மிக முக்கியமானது கற்பு, அதை உயிரைக் காட்டிலும் ஜாக்கிரதையாகக் காப்பாற்றுவது முதற்கடமை. அதற்காகக் கூண்டுக்கிளி போல் அடைபட்டுக் கிடக்க வேண்டாம். உலகத்தில் கணவன் ஒருவன் தவிர பாக்கிப் புருஷர்களெல்லாம் அண்ணன் தம்பிமார்கள். எல்லாருக்கும் பதுங்கி அஞ்ச வேண்டியதில்லை. முக்கியமாகக் கூச்சம், வெட்கம் இரண்டும் அநாவசியமான சரக்குகள். நீ பேஷாக எல்லாருடனும் பேசலாம். கணவனிடம் முதல் முதல் வெட்கம், பழகப் பழக அதுவும் வேண்டியதில்லை. அச்சம், நாணம், பயிர்ப்பு என்று புத்தகப் பாடத்தை உருப்போட்டு நம் நாட்டுப் பெண்கள், புருஷர்கள் எல்லாரும் அடிமை வாழ்வில் முழுகி இருக்கிறார்கள். நீங்கள் தைரியமாக இருந்தால்தான் உங்கள் வயிற்றில் பிறக்கிற குழந்தைகள் தைரியமாக இருக்கும். கோழைத்தனம் இந்தியாவின் மேன்மையை நாசம் செய்துவிட்டது. அதோடு காலமும் உதவி செய்தது.

"நீ புக்ககத்திற்குப் போனாலும் தைரியமாக இரு பயப்படாதே. ஒட்டுக் கேட்காதே. பிறர் கடிதங்களை உடைத்துப் பார்க்காதே. மனத்தில் உள்ளதை நேரில் சொல்லிவிடு; மனத்தில் வைத்து உருகுவதைவிட வாயினால் சொல்லிவிடுவது நல்லது. உன்னால் முடிந்தஅளவு அவர்கள் சொற்படி நட. உன்னால் முடியாவிட்டால் விஷயத்தைச் சுத்தமாகச் சொல்லிவிடு. மறைக்காதே! அதில் நன்மை உண்டு. உன்னை விலை கொடுத்து அவர்கள் வாங்கவில்லை. அவர்கள் வீட்டை நன்றாக விளங்க வைத்து விருத்தி செய்யப் போகிறாய். அந்த வீட்டில் உனக்குப் பூரண உரிமை உண்டு. பணம் காசு விஷயங்களில் தலையிடாதே. அதைப் பெரியவர்களுக்கு விட்டுவிடு. வேலை செய்யப் பின் வாங்காதே. சக்தி மீறிச் செய்யாதே! செய்வதை உன் மனம் ஒப்ப செய். படிப்பை விடாதே. உன் தாய் தகப்பனார் எவ்வளவோ கஷ்டப்பட்டு முக்கியமான சாசுவதமான விஷயங்களைச் சொல்லிக் கொடுத்திருக்கிறார்கள். முடிந்தால் அபிவிருத்தி செய்; முடியாவிட்டால் இருப்பதை மறக்காதே.

"நான் ஐயரைப்போல் துறவு போதிக்க மாட்டேன். உலகத்தில் பிறந்து எல்லாச் சுகங்களையும் அனுபவித்து உலகத்திற்கு உபகாரியாக வாழ வேணும். இரத்த வெள்ளம் பெருக்கி அதனால் சுகமடையலாம் என்பது என் எண்ணத்திற்கு நேர் விரோதம்.

நீ இரண்டு வீட்டிற்கும் விளக்கைப் போல் பிரகாசிக்க வேண்டும். இரண்டு குடும்ப வாழ்க்கை கலப்பது முதலில் கஷ்டமாக இருக்கும் பழகியபின் வழக்கமாய் விடும். கேவலம் அடிமைத்தனத்திற்கு ஒத்துக் கொள்ளாதே. உனக்கு உரிமை உண்டு; புத்தி உண்டு. ஸ்வதந்திரம் உண்டு. தலை நிமிர்ந்து நட, உன் இருபுறமும் உள்ள இயற்கையைக் கண் குளிரப் பார், நேர்ப் பார்வையில் பார், கடைக்கண் பார்வையில் பார்க்கத் தகுந்தவன் கணவன் ஒருவனே. தந்தை, சகோதரர்கள், பிள்ளைகள் முதலியோரை நேராக நிமிர்ந்து பார். இவர்களைக் கடைக் கண்ணால் பார்க்காதே. நிமிர்ந்து உட்கார். பேசுவதை ஸ்பஷ்டமாகப் பேசு. தைரியமாகப் பேசு. இதில் கற்பு கெடுவதில்லை. மேலுக்கு வேஷம் அவசியம் இல்லை."

பாரதியார் இப்படி இன்னும் அநேகம் புத்திமதிகள் கூறினார். நான் அவர் வார்த்தைகளை வேத வாக்காக நினைத்து நடந்தேன். சில வேளைகளில் எனக்குக் கஷ்டமானாலும் தைரியங் கொடுத்துக் காத்தது அவர் மொழியே. சில நாட்கள் இரவில் தூக்கம் வராமல் இந்த வார்த்தைகள் என்னுடன் முடிந்துவிடுமோ என்று எண்ணமிட்டிருக்கிறேன். என் மனம் திருப்தி அடைவதற்காகவும், சகோதரிகளுக்குப் பயன்படுவதற்காகவும், அவர் இறந்து போனாலும் அவர் மொழிகள் உலகத்தில் ஒலித்துக் கொண்டிருப்பதற்காகவும் இதை எழுதினேன்.

அடிக்குறிப்புகள்:

1. முருகேசம் பிள்ளையைப் போலவே மற்றொரு புதுவை தனவந்தர்; பாரதி, அரவிந்தர் முதலியோருக்கு உற்ற நண்பர்.

- பதிப்பாசிரியன்

12

கண்ணன் திருவடி

பாரதியாரின் வாழ்க்கை எங்கள் குடும்பத்துடன் பத்துப் பன்னிரண்டு வருஷம் கலந்து போயிருந்தது. அவர் விஷயங்களை எழுதப் புகுந்தால் எங்களுடைய கதைகளையும் எழுத நேரிடுகிறது. பூவோடு நாரும் மணம் பெற்றது போல.

27-4-1913-ல் கலவைப் பங்களாவில் என் கல்யாணம் நடந்தது. கல்யாணத்திற்கு முதல் நாள் இரவு இரண்டு மணிக்கு என் தந்தைக்கு மார்வலி அதிகமாகிவிட்டது. இரவெல்லாம் ஏதேதோ வைத்தியங்கள் நடந்தன. காலையில் பாரதியார் அம்பு என்னும் பிரெஞ்சு வைத்தியரையும் கலவை சங்கர செட்டியாரையும் அழைத்து வந்தார். வைத்தியர் ஏதோ மருந்து எழுதிக் கொடுத்தார். பாரதியாரே கடைக்குச் சென்று வாங்கி வந்தார். முகூர்த்தவேளைக்கு என் தந்தை சற்றுக் குணம் பெற்றார்.

முகூர்த்தம் நடந்தது. சபையில் பாரதியார், ஐயர், பெரிய சுவாமிகள், என் பெரியப்பா, சிற்றப்பா எல்லாரும் நிறைந்திருந்தார்கள். மாங்கல்ய தாரணம் ஆனதும் எல்லோரையும் காட்டிலும் பெரியவரும், மகாவித்துவானுமான காரைக்கால் சுவாமியை நமஸ்கரித்தோம். இரண்டாவது பாரதியார், மூன்றாவது ஐயர், பிறகு ஏனைய பந்துக்களை நமஸ்கரித்தோம்.

எங்கள் சமூகத்தில் இந்தக் காலத்தைப் போல் அப்போது வரதட்சிணைப் பேய் கூத்தாடவில்லை. மரியாதைக்கு இவர்கள் செய்ததை அவர்கள் சந்தோஷமாக ஏற்றுக் கொண்டார்கள். ஐந்து நாள் கல்யாணம் சண்டை, கூச்சல் இல்லாமல் அமைதியாய் நடந்தது. பாரதியாரும் செல்லம்மாவும் வஞ்சனையில்லாமல் ஐந்து நாளும் ஓடி ஆடி அனைத்தையும் கவனித்தார்கள்.

முதல்நாள், முகூர்த்தம், ஊஞ்சல், உருட்டாணி, ஔபாசனம் இவைகளில் கழிந்தது. இரண்டாவது தினம் விலைமதிக்க முடியாத பாரதியாரின் தேசிய கீதம் பாரதியார் தேவாமிர்தமாய்ப் பாடினார். மூன்றாம் நாள் திருவேங்கடத்தான் என்பவர் குழல்போல் வாயிலேயே பாடினார். நான்காவது நாள் பெண்களில் பெரியவரும் பெரிய வித்வாம்ஸினியுமான என் பெரிய அத்தையின் சங்கீதம். பிறகு ஊஞ் சல், உருட்டாணி, நாகவல்லி யாவும் நடைபெற்றன.

இதன் பிறகு அடுத்தடுத்துப் பல சுப சம்பவங்கள் நிகழ்ந்தன. சென்னையில் என் அண்ணன், என் பெரிய தங்கை, என் அத்தை

பெண் ஆகியோரின் கல்யாணங்கள் நடைபெற்றன. அதே சமயத்தில் செல்லம்மாவின் தங்கை ஸ்வர்ணத்திற்கும் கல்யாணம் நடந்தது. அதை முன்னிட்டுச் சென்ற செல்லம்மா அங்கே இரண்டு மாதம் இருந்துவிட்டுத் தங்கம்மாவையும் அழைத்துக்கொண்டு வந்து சேர்ந்தார்.

சுமார் மூன்று மாத காலம் எங்கள் குடும்பங்கள் இப்படிக் கல்யாண வைபங்களில் ஈடுபட்டிருந்தன.

சில நாட்களுக்குப் பின் என் தாத்தா, பாட்டி, பெரிய மாமா முதலியோர் என் தங்கையுடன் புதுச்சேரிக்கு வந்தார்கள். என் தாத்தா மகா வித்துவான். வாக்கு சாதுர்யம் உள்ளவர். அவர் வைஷ்ணவக் கிரந்தங்களைக் காலட்சேபம் செய்தால் கேட்பவர்கள் தங்கள் நினைவுகளை அறவே மறந்து அதிலேயே லயித்து விடுவார்கள். இளம் குழந்தைகளுக்கும் புரியும்படி சொல்வார்.

பாரதியாருக்கும் அவருக்கும் அடிக்கடி விவாதங்கள் நடைபெறும். பாரதியாரின் கவிதைத் திறனையும் புத்தி சாதுரியத்தையும் என் தாத்தா மெச்சுவார். என் தாத்தா இரத்தினபடி வியாபாரமும் வைத்துக் கொண்டிருந்தார். நல்ல முத்து, கெம்பு, வைரம், பச்சை இவைகளைக் காட்டி அவற்றின் குண தோஷங்களை எடுத்துச் சொல்வார்; பாரதியார் பரவசமாவார்.

ஒருநாள் நாலாயிரத்தில் நம்மாழ்வாருடைய திருவாய்மொழியில் சில பாடல்களுக்கு என் தாத்தா சூக்ஷ்ம அர்த்தங்களைச் சொன்னார். அவற்றில் உள்ள மேற்கோள்களையும் எடுத்துக் காட்டினார். பாரதியாருக்கு அந்தப் பாடல்களின் வழிகள் நன்றாகப் பதிந்துவிட்டன. அவருடைய பாடல்களைப் போல் எதுகை, மோனை, சந்தம், இவைகளுடன் பாட வேணும் என்பார். அவருடைய பாடல்களுக்கு மெட்டுக்கள் போட்டுப் பார்ப்பார். அதில் முக்கியமாகக் 'கடவுள்' நம் தேகத்தில் பரவி, அவனே செயல்களைச் செய்கிறான்' என்னும் பொருள் படுகிற, 'இவையும் அவையும் உவையும்' என்று திருவாய் மொழியின் தொண்ணூறாவது பாட்டை அனுபவித்துப் பாடுவார்.

என் தாத்தாவுக்கு சங்கீதத்தில் அவ்வளவு ஊக்கம் இல்லாவிடினும் பாரதியார் ஆழ்வாரைப் போல் அநுபவித்துப் பாடுவதைக் கேட்டு, "ஆழ்வாரும் இப்படித்தான் பாடியிருப்பார். உருப்போடுகிற வழக்கத்தில் அந்த பாவமே போய்விட்டது. இவரைப்போல் எல்லோராலும் பாட முடியாது" என்பார்.

பாரதியார் திருவாய் மொழியை, பத்துப் பாட்டுக்களை முதல் நாள் வாதம் செய்வார்; மறுநாள் மெட்டோடு பாடுவார். எனக்கு இது தினப்படி பாடம். நான் மெட்டைப் படித்துக் கொண்டு நழுவி விடுவேன். அவர்கள் வேதாந்த விசாரம் தொடங்கினால் எனக்குப் புரியாது; அதன்மேல் ஆசை ஓடாது.

சுமார் இரண்டு மாத காலம் திருவாய்மொழியின் மேன்மையை ஐயர், பாரதியார், ஐயா, சின்னையா, (எஸ்.என். திருமாலாச்சாரி) இவர்கள் தினந்தவறாது கேட்டு அனுபவித்தார்கள்.

சில தினங்களுக்குப் பின் என் ருது ஸ்நான வைபவம் நடந்தது. அன்று மாலை ஊரழைத்து மஞ்சள், குங்குமம், வெற்றிலை பாக்குக் கொடுத்தார்கள். சோபனம் அடித்தார்கள். அப்போது என் பாட்டியார், "பெரிய அத்தை வந்திருந்தால் திருவாய்மொழியெல்லாம் சொல்லிக் கும்மியடிப்பாள். இங்கே யாருக்காவது வருமானால் பாடிக் கும்மியடியுங்கள்" என்றார்.

ஒரு பெரிய சுமங்கலி திருவாய்மொழியில் பத்தாம் பத்தில் 'கண்ணன் கழலினை' என்று தொடங்கி ஐந்து பாட்டுக்களைச் சொல்லி கும்மி அடித்தார். இதை பாரதியார் மாடியிலிருந்து கவனித்துக் கொண்டிருந்தார். சோபனமெல்லாம் அடித்து முடிந்த பின் பாரதியார் மாடியில் என் தாத்தாவிடம் பலவித சர்ச்சைகள் செய்தார்.

மறுநாள் மாலை வந்தார். தாம் பண்ணின கவிதையை மாடியில் என் தாத்தாவிடம் பாடிக் காண்பித்துக் கொண்டிருந்தார். நான் மாடிக்குப் போகக் கிளம்பினேன், எனது பாட்டியார், "இனி நீ புருஷர்களுடன் பழகக்கூடாது. போகாதே," என்று தடுத்து விட்டார்.

இரண்டு தடவை பாடியும் என்னைக் காணாததால் பாரதியார் கீழே இறங்கி வந்தார். நான் இரண்டாங்கட்டில் எல்லாருக்கும் நடுவில் இருந்தேன். என்னைப் பார்த்து, "ஏன் யதுகிரி, உடம்பு சரியாக இல்லையா அம்மா?" என்று கேட்டார்.

நான், "ஒன்றும் இல்லை" என்று அசட்டுச் சிரிப்புச் சிரித்தேன்.

பாரதி: ஏனம்மா மாடிக்கு வரவில்லை?

நான்: பாட்டி வேண்டாம் என்றார்.

பாரதி: பாட்டியம்மா, நான் அயலான் அன்று. யதுகிரி எங்கள் குழந்தை. அவள் எங்களிடம் மறைய வேண்டாம். குழந்தைகள் தகப்பனாரிடம் வெட்கப்படுவதுண்டா? இந்தா யதுகிரி.

தாம் கொணர்ந்த குறிப்பை என்னிடம் கொடுத்து விட்டு மாடிக்குச் சென்றார் பாரதியார். அதில் 'மனமே' என்ற தலைப்பில், *'கண்ணன் திருவடி எண்ணுக மனமே'* என்று துவங்கும் பாட்டு இருந்தது.

13

சக்தி விளக்கம்

முருகேசம் பிள்ளை வீட்டார் பழைய வழக்கங்கள் உடையவர்கள். அமாவாசை, பௌர்ணமி, வெள்ளிக்கிழமை, கிரகண நாட்களில் சாமிகள், பண்டாரங்கள், ஆண்டிகள் இவர்களுக்குப் படி அளப்பார்கள். படி என்றால் அரிசி, தேங்காய், வெல்லம், பருப்பு இவைகளே. வழக்கமாக ஓர் அளவில் கொடுப்பார்கள். பாரதியாருக்கு இவை பிடித்தமில்லாதவை. குருட்டு வழக்கம் என்பார். "சாமியாவது, பூதமாவது?" என்பார். "ஆண்டி, பண்டாரம் இவர்கள் சோம்பேறிகள், மோசக்காரர்கள்" என்று சொல்வார். "பிச்சையிட்டால் நொண்டி, முடம், குருடு, கிழம் இவர்களுக்குப் போடுங்கள்; சோம்பேறிகளுக்கும் பொய் வேஷதாரிகளுக்கும் போட வேண்டாம்" என்பார்.

முதல் முதல் அவரை வசப்படுத்தியர் குள்ளச்சாமியார் தாம். முருகேசம் பிள்ளை வீட்டிற்கு வரும்போது இவருடனும் மெல்ல மெல்லப் பழகினார். அதில் நன்மை ஆயிற்றோ இல்லையோ; சாமிகள் கூட்டத்தில் அப்பொழுதிலிருந்து சேர்ந்தார் பாரதியார். எதிலும் புதிய வழிகளைத் தேடும் பாரதியாருக்குக் குள்ளச்சாமியார் ஒரு வழி காட்டினார்.

நம் தேசத்தில் "தீபாவளி முதல் கார்த்திகைத் தீபம் அணையும் வரையில் தெருவிற்கு இரண்டு மண் அகல்கள் மாலை வேளையில் ஏற்றுவது வழக்கம். முருகேசம் பிள்ளை வீட்டில் இரண்டு அகல் முதலில் நாள் ஏற்றி நாள் ஒன்றுக்கு இரண்டு அகல் வீதம் அதிகம் செய்வது வழக்கம். திருவண்ணாமலைத் தீபம் அணையும்போது நிறுத்தி விடுவார்கள்.

வெள்ளிக்கிழமை சாயங்காலம் நான், மீனா, பத்மாவதி, என் தங்கைமார்கள் எல்லோரும் பாரதியார் வீட்டிற்குச் சென்றோம். முருகேசம்பிள்ளை வீட்டிற்கு நாலாவது வீட்டில் இருந்தார் பாரதியார். செல்லம்மா எண்ணெய் வாணிச்சியைக் கோபித்துக் கொண்டிருந்தார்.

வாணி: இன்று எண்ணெய் ஆட்டச் செக்குமேட்டில் இடம் அகப்படவில்லை அம்மா. நாளைக்குக் கட்டாயம் கொண்டு வருகிறேன்.

செல்: இன்று வெள்ளிக்கிழமை. தெருவிற்கு விளக்கேற்ற எண்ணெய் இல்லை. நாலுநாளாகச் சொல்லிக் கொண்டிருக்கிறேன், நீ வருவாய்

என்று. அண்ணியம்மா வீட்டிலும் கேட்டு வைக்கவில்லை. விளக்கேற்றும் சமயம், இப்பொழுது யாரும் கொடுக்க மாட்டார்கள்.

வாணி: நான் என்ன செய்வேன், அம்மா? செக்குமேட்டில் காத்துக் காத்துப் போதும் போதும் என்றாகிவிட்டது. இவ்வளவு பொழுது வீணாகி விட்டது. நான் என்ன செய்வேன்?

பாரதியார் முன் அறையில் இருந்து இந்தச் சம்பாஷணையைக் கேட்டுக் கொண்டிருந்தார்.

பாரதி: என்ன முழுகிப் போய்விட்டது. செல்லம்மா? இரண்டு மெழுகுவர்த்தியை ஏற்றி வையேன். எண்ணெய் ஆட்ட இடமில்லாவிட்டால் அவளைக் கோபித்து என்ன பலன்?

செல்: எல்லோரும் எண்ணெய்விட்டு அகல் ஏற்றினால் நாம் மெழுகுவர்த்தி ஏற்றுவது! எல்லாம் கோணல்! மீன் கொழுப்பு, தீட்டு! லட்சுமி வருவாளா?... அடி பெண்ணே, கடைக்குப் போய் மாகாணி எண்ணெய் வாங்கி வா.

பாரதி: செல்லம்மா, இப்பொழுது விளக்கு எதற்கு? வீட்டு வாசலில் எலக்ட்ரிக் கம்பம் இருக்கிறது. அதன் வெளிச்சத்திற்கே லட்சுமி வருவாள். வேலைக்காரக் குட்டியை ஓட்டாதே! மழை வந்தாலும் வரும்.

செல்: இந்தச் சிந்தை உங்களுக்கு என்ன? என் தலைப்பாடு, வேலைக்காரக் குட்டி நனையமாட்டாள். கிட்டே இருக்கும் கடைக்குப் போனால்.

பாரதி: இந்தக் கைவிளக்கைத் தெருவில் வை. அதுவே போதும்.

செல்: மண்ணெண்ணெய் தீட்டு; நம் எண்ணெய்தான் மடி அதுதான் வழக்கம். புகை பிடிக்காது. கண்ணுக்கு நல்லது. அழகாக எரியும். நீங்கள் இந்த மல்லுக்கு வந்தால் நான் விளக்கே ஏற்றுவதில்லை. போடி குட்டி, வீட்டிற்கு. நீ மழையில் நனைந்தால் ஐயருக்குக் குளிருகிறதாம்; போ வீட்டிற்கு!

பாரதி: பசங்களே! பாருங்கள். நான் உள்ளதைச் சொன்னால் செல்லம்மாவுக்குக் கோபம் வருகிறது. மெழுகுவர்த்தி, மண்ணெண்ணெய் தீட்டாம்! இதற்கு என்ன செய்வது?

நான்: பழைய வழக்கங்கள் நல்லவை என்பது பெண்களின் நம்பிக்கை. நீர் புதிதாக மெழுகுவர்த்தி, கைவிளக்கு என்றால் செல்லம்மாவுக்குக் கோபம் வராதா?

செல்: நீயே சொல் யதுகிரி. நாலுபேர் நடுவில் இருக்கும்போது நாமும் அவர்களைப் போல் செய்ய வேண்டாமா? அண்ணியம்மா வீட்டில் இருபது விளக்கு ஏற்றியிருக்கிறார்கள். நாம் இரண்டாவது ஏற்ற வேண்டாமா?

பாரதி: பொழுதுபோக ஒரு சண்டை வந்தது, எதற்காக விளக்கு ஏற்றுவது என்பதைப் பற்றி உங்களுக்குத் தெரிந்ததைச் சொல்லுங்கள்.

செல்: சக்தி, அம்பாள், லக்ஷ்மி, கங்கை எல்லோரும் இந்த மாசங்களில் ஊர்வலம் வருகிறார்களாம். சாயங்கால வேளையில் யார் வீடு சுத்தமாய், ஆசாரமாய், துப்புரவாக இருக்கிறதோ, அங்கு நிலைப்பார்களாம்.

மீனா: திருவண்ணாமலையில் தீபம் அணையும் வரையில் எல்லார் வீட்டு வாயில்களிலும் விளக்குகள் இருக்க வேணுமாம். நாம் ஏழைமையால் வருஷம் முழுவதும் ஏற்ற முடியாவிட்டாலும் தீபாவளியிலிருந்து கார்த்திகைத் தீபம் வரையில் ஆசாரமாய் விளக்கு ஏற்றினால், பார்வதி, லக்ஷ்மி, கங்கை மூன்று பேரும் நம் வீட்டில் தங்குவார்கள் என்று என் பாட்டியார் சொல்லுவார்.

பாரதி: இதற்குக் காரணமே வேறு. நாம் வழக்கம், சாத்திரம் என்று சொல்லிக் கொண்டு முக்கியமான காரணத்தை மறந்து விடுகிறோம். முன்பு தெருவில் விளக்குகள் கிரமமாக இருக்கவில்லை. இந்த மழைக்காலங்களில் இருட்டு அதிகம். எல்லார் வீடுகளிலும் வரிசையாக விளக்கு ஏற்றினால் முக்கால்வாசி ஊரே வெளிச்சமாகி மேகம், இருட்டு இரண்டும் சேர்த்துச் செய்யும் கும்மிருட்டை நீக்கும். அதற்கு முன்னோர் உபாயம் செய்தார்கள். இப்போது படிக்கொரு மின்சார விளக்குகள் இருக்கும்போது இந்த மின்மினி விளக்கு எதற்கு சொல்லுங்கள். எங்கள் தாத்தா இருட்டில் வளர்ந்தார், நாங்களும் இருட்டில்தான் இருப்போம் என்பது சரியா? லக்ஷ்மிக்கு எண்ணெய் விளக்கு, அழுக்கு, மடி, கள்ள யோசனையுடைய பொய் பக்தி, வெளிவேஷம் இவைகளெல்லாம் வேண்டாம். முதலில் உன் அன்பு, உண்மை பக்தி, திட மனத்துடன் பாடுவது இவைதாம் முக்கியம். அவள் ஆடம்பரத்தில் மயங்கமாட்டாள். இன்று குழந்தைகள் எல்லோரும் சேர்ந்திருக்கிறார்கள். அவர்களுக்கு எந்தப் பாட்டை பாடட்டும்; நானும் சேர்ந்து கொள்கிறேன், செல்லம்மா, இரண்டு மெழுகுவர்த்திகளை ஏற்றி வை. கட்டாயம் இன்று லக்ஷ்மி வருவாள். லக்ஷ்மி படத்தை நாற்காலியில் வை நீயும் வா பாடலாம்.

செல்லம்மா அரை மனத்துடன் அவர் சொன்னபடி செய்தார். எங்களுக்குத் தெரிந்த பாட்டுக்களைப் பாடினோம். பாரதியார் ‘வந்தே மாதரம்’ பாட்டைப் பாடினார். பிறகு, “நான் ஒரு புதுப்பாட்டு ஒவ்வோர் அடியாகப் பாடுகிறேன். நீங்கள் எல்லாரும் சேர்ந்து பாடுங்கள். அதைவிட மேலான பஜனை கிடையாது” என்றார். அவர் சொன்னபடி நாங்கள் பாடினோம். ‘சக்தி விளக்கம்’ என்ற தலைப்பில் ‘*ஆதிப்பரம் பொருளின் ஊக்கம்*’ என்று துவங்கும் பாடல் அது.

ஒன்பது குரல்கள் ஒரே மாதிரி பாடினதும் அந்தத் தெருவே கூடிவிட்டது. அண்ணியம்மாள் நாங்களெல்லோரும் கும்மியடிப்பதாக

எண்ணிப் பாரதியார் வீட்டிற்கு வந்தார். செல்லம்மா பாய் விரித்து எல்லாரையும் உட்கார வைத்தார். சுமார் இரண்டு மணி காலம் இதே மாதிரி, பாரதியார் பாடல்களை பஜனை செய்தோம்.

பாரதி: இன்று உண்மையாக லக்ஷ்மி நம் வீட்டிற்கு வந்திருக்கிறாள். மஞ்சள், குங்குமம் கொடு செல்லம்மா.

செல்: இன்று மழை வரும் என்றீர்கள். வரும் மழையும் போய்விட்டது. உங்கள் பஜனைக்குப் பயந்து.

பாரதி: இரவில் கட்டாயம் மழை வரும் செல்லம்மா. குழந்தைகளைச் சீக்கிரம் வீட்டுக்கு அனுப்பிவிடு.

நாங்கள் மஞ்சள் குங்குமம் பெற்று வீடு போய்ச் சேர்ந்தோம். நாங்கள் வீட்டை அடைந்த உடனேயே பெரிய மழை வந்தது!

பாரதியார் சொன்னபடி அன்று அவர் வீட்டிற்கு லக்ஷ்மி வந்தாள்; ஆனால் நிலைத்து இருக்கவில்லை. வருவதும் போவதுமாக இருந்தாள்.

14

பாரத சமுதாயம் வாழ்கவே!

பொங்கல் பண்டிகைக்கு முன் பொன்னு முருகேசம்பிள்ளை வீட்டில் தானியங்கள் போர் போராகக் குவித்திருப்பார்கள். ஐயரும், பாரதியாரும் அந்த வேளையில் தங்களுக்கு வேண்டிய வருஷாந்திரச் சாமான்களை வாங்கிக் கொள்வார்கள். சுதேசிகள் என்னும் அபிமானத்தால், பாரதி, ஐயர் முதலியோருக்கு வெளியில் விற்பதைவிடச் சரசமாகக் கொடுப்பார் பிள்ளை.

நான் பாரதியார் வீட்டிற்குச் சென்று கொண்டிருந்தேன். பாரதியாரும் ஐயரும் எதிரே வந்தார்கள். என்னையும் அழைத்துக் கொண்டு முருகேசம் பிள்ளை வீட்டிற்குப் போனார்கள். பிள்ளையவர்கள் பாய் விரித்து வெற்றிலைத் தட்டைக் கொணர்ந்து வைத்தார். முதலில் ஏதேதோ பேச்சுக்கள் நடந்த பிறகு ஐயர் தானிய விலைகளை விசாரித்தார். முருகேசம்பிள்ளை, "ஊரில் என்ன விலை என்று இன்னும் விசாரிக்கவில்லை. அது எதுவானாலும் உங்களுக்கு ஒரே விலை. அது தெரிந்த விஷயமே! பொங்கல் பண்டிகை பூசை ஆனதும் முறைக்காரர்களுக்குக் கொடுத்துவிட்டுச் சொல்லி அனுப்புகிறேன்" என்றார்.

அங்கிருந்து நாங்கள் பாரதியார் வீட்டுக்கு வந்தோம். நான், "முறைக்காரர் என்றால் என்ன அர்த்தம்?" என்று கேட்டேன். பாரதியார் கிராம வழக்கங்களை எனக்குத் தெரியும்படி சொன்னார்.

பாரதி: நம் தேசம் பயிர் வளர்ப்புத் தேசம். இதன் முக்கிய நோக்கம் ஒருவரும் பட்டினியில்லாமல் இருக்க வேணும் என்பதே. பணம் கையிலிருந்தால் பல வழிகளில் சென்றுவிடும். உப்பைத் தவிர எல்லாச் சாமான்களும் விளைந்து வந்ததை அவரவர்கள் குடும்பங்களுக்கு வேண்டிய அளவு சேகரித்து வைத்துக் கொண்டு காலம் கழிப்பார்கள். பெரிய ஜமீன்தாருக்கு விளைந்து வந்தால் பண்ணை ஆட்கள், வண்ணான், தோட்டி, பூசை செய்யும் பார்ப்பான், திண்ணை உபாத்தியாயர்கள், கோயில் பூசாரி, அம்பட்டன் இவர்களுக்கெல்லாம் இவ்வளவு கலம் நெல் என்று ஒருமுறை வைத்திருப்பார்கள். வருஷம் முழுவதும் வேலை செய்வதற்கு. விளைந்து வந்த தானியத்தை அளந்து கொடுப்பது அவர்களுக்கும் கஷ்டமாக இராது; வாங்கிக் கொள்கிறவர்களுக்கும் வருஷாந்திரச் சாப்பாடு சுலபமாகக் கழியும். புரோகிதன், வண்ணான், தோட்டி, உபாத்தியாயம், அம்பட்டன் இல்லாத வீடுகளே கிடையாது. சாதாரண ஜனங்கள் வீட்டுக்கு ஐந்து

கலம் நெல் கொடுத்தாலும் அவர்களுக்கு வேண்டிய சாமான்கள் சேர்ந்து விடும். எள், துவரை முதலிய தானியங்களைக் கொடுத்தால் கஷ்டம் நீங்கும் என்று சாஸ்திரம் வேறு இருக்கிறது. எள்ளு, ஏழை ஜனங்களுக்கு அவசியமானது; ஆகாரம், ஸ்நானத்திற்கு வேண்டியது. புதிய வருஷம் பிறந்து எல்லோருக்கும் நன்மையாகட்டும் என்று பொருள்களில் தங்களுக்கு வேண்டியது போக மற்றவைகளை மேற்கூறியவர்களுக்கு அவர்களிடம் வேலை வாங்கிக்கொண்டு அதற்குப் பதிலாகக் கொடுப்பது. அப்படிப் பெறுபவர்களையே முறைகாரர் என்பது வழக்கம். இதையே சொன்னார் முருகேசம்பிள்ளை. பல தலைமுறைகளாக இங்கேயே இருப்பதால் பழைய வழக்கங்களை நடத்தி வருகிறார்.

நான்: பணம் கொடுத்தால் அது தானமாகாதா?

பாரதி: ஆகலாம். பொங்கல் வந்தால் கையில் பத்துப் பதினைந்து ரூபாய் வைத்துக்கொள்ள வேணும். சங்கு ஊதுபவன், வேலையாட்கள், இவர்கள் புதுத்துணி வேணும் என்பார்கள். வண்ணான், அம்பட்டன், தோட்டி முதல் எல்லோருக்கும் கொடுக்க வேணும். பணமுடை இல்லாவிட்டால் அது சுகமான தானந்தான். கையில் பணம் இல்லாவிட்டால் அவர்களுக்குப் பதில் சொல்லி அனுப்புவதே கஷ்டம். ஆனால் பணம், அவ்வளவு உபயோகமாவதில்லை அவர்களுக்கு எல்லாம் சேர்த்துப் பத்து ரூபாய் வந்தாலும் அதற்கு அவன் நெல் வாங்கி நிறைப்பதில்லை. வருஷாந்தரச் சாமான்கள் வாங்குவதில்லை. மனம் போனபடி செலவழித்து விடுவான். வீட்டில், 'இல்லை, இல்லை' என்னுங் கூக்குரல் குறையாது. அப்போது நமது தானம் உதவுகிறதில்லை. ஆனால் தானியங்களாக இருந்தாலோ உடனடியாக விரயமாக்க முடியாது. கட்டாயம் வீட்டில் கொண்டுபோய் நிறைப்பான். அது நல்ல வழி. நம் போல் பூமி, காணி இல்லாதவர்களை முன்னிட்டு நம் முன்னோர்கள் கிராமத்தில் செய்திருக்கும் ஏற்பாடு நல்ல ஏற்பாடு. ஒருவன் உழுதால்தான் இன்னொருவன் வீட்டில் தானியம் சேரும் என்றால் உழவனுக்கு வேண்டிய ஒத்தாசையைச் செய்து கொடுப்பார்கள் மற்றவர்கள்.

நான்: எங்கள் ஊரில் பொங்கல் பண்டிகைக்கு மறுநாள் நாலுவித சாதம் செய்து குளக்கரையில் வைப்பார்கள். அது எதற்காக?

பாரதி: அதோ பார்! தாடியுடன் இருக்கும் அந்த ஐயரைக் கேள்! எனக்குத் தெரியாது. அவர் ஏதாவது சாஸ்திரங்களில் ஆய்ந்து சரக்குச் சேர்த்து வைத்திருப்பார். எனக்கு வழக்கம், சாஸ்திரம், புராணம் கட்டோடு பிடிக்காது. நீ முறைக்காரர்கள் என்றால் என்ன என்று கேட்டாய்; எனக்குத் தெரிந்ததைச் சொன்னேன். இரண்டாம் கேள்விக்கு ஐயர் பதில் சொல்வார்.

ஐயர்: நான் சொல்கிறேன் யதுகிரி. புலன்களில் பயிர்களுக்குப் பூச்சி வராமல் இருக்கப் பட்சிகளும் மீன்களும் எவ்வளவோ சகாயம்

செய்கின்றன. புதிய பொருள்கள் வந்ததும் அவைகளை சந்தோஷிக்கச் செய்வதற்காக முதலில் கோயிலில் செய்து அதை அம்மனே நேராகக் குளக்கரையில் கொண்டுவந்து, பட்சிகள், மீன்கள் இவைகளுக்கு இரையாகக் கொடுப்பதாகப் பாவனை. தவிர, பெண் குழந்தைகளுக்குத் தாய் வீட்டில் மஞ்சள்காணி கொடுத்திருப்பவர்கள் அவர்களைக் கனுப்பண்டிகையன்று அழைப்பித்து, அவர்கள் கையால் எல்லா ஜந்துக்களுக்கும் பசு, பட்சி, மீன், தவளை எல்லாவற்றிற்கும் இரை போடுவித்து, பெண் குழந்தைகளுக்கு வேண்டிய தானியங்களோ, ரூபாய்களோ, துணிமணிகளோ தங்கள் கையாலானவற்றைக் கொடுத்து அவர்களைப் புக்ககம் கொண்டு போய்விடும் வழக்கம் தென்தேசத்தில் வெகுகாலமாக இருந்து வருகிறது. பொங்கல் பண்டிகை என்றால் நம் நாட்டில் வயிற்றை நிறைக்கும் பண்டிகை என்று பெயர் போனது. ஆனால் இந்த நாட்களில் அதற்கு நேர் விரோதம். மாதா மாதம் பத்து ரூபாய் வருகிறவனுக்கு இந்தப் பண்டிகையின் சுகம் என்ன தெரியும்! எல்லா நாளும் ஒரே நாள்தான். அவன் வறுமையில் செம்மை உடையவனாக இருந்தால் சிறிது சேகரித்துச் சாமான்களைச் சேர்த்து வைக்கலாம். இல்லாவிட்டால் மளிகைக்கடை ஆயிற்று, அவன் சம்பளம் ஆயிற்று!

பாரதி: என்ன ஐயரே? அவன் சாமான்களை வாங்கி எங்கே நிறைப்பது? இடம் வேண்டாமா? ஒரு ரூபாய் வாடகை வீட்டில் எதை நிரப்புகிறது? எலி, பெருச்சாளிகளுக்குக் கொடுக்காமல் காப்பது எப்படி?

ஐயர்: நீர் சொல்வதும் உண்மை. ஆனால் ஒரு மனிதன் உழைத்துக் கஷ்டப்படாமல் வயிறு நிறைய உண்ண முடியாது. அதுவும் உம் போன்ற விரித்த கையுடையவர் பாடு மிகவும் கஷ்டம். சின்ன இடத்திலும் குதிர் கட்டி, காப்பாற்றி உண்பவனுக்குத்தான் எதிராளிகளின் கஷ்டங்கள் தெரியும். பெரிய நிலை வந்தாலும் சிதற விடாமல் காப்பாற்றுவான். இங்கு வந்ததை அங்கு கொடுப்பதில் சாமான்களின் அருமை தெரிவதில்லை.

பாரதி: செல்லம்மா துவரை வாங்கிப் பக்குவம் செய்து பருப்பாக்கினால் நல்லது என்கிறாள். எனக்குப் பிடிக்கிறதில்லை. மண்கட்டி, உலர்த்தி, உடைத்து, பருப்புச் செய்கிற வேலைக்கு வீடெல்லாம் மண் தூள் தும்பு! செட்டிச்சியிடம் சொன்னால் அலுப்பில்லாமல் நல்ல பருப்புக் கொணர்ந்து கொடுக்கிறாள். நமக்கு நோம்புகிற கஷ்டங்கூட இல்லை.

ஐயர்: செட்டிச்சி லாபம் இல்லாமல் கொண்டு வந்து கொடுப்பாளா? நீர் அவளிடம் வருஷத்தில் பத்து ரூபாய்ப் பருப்பு வாங்குவதை வீட்டில் செய்ய ஐந்து ஆறு ரூபாய்த் துவரை வாங்கினால் போதும். நாலு ரூபாய் லாபமாவதில்லையா? வேலைக்குக் கூலி கட்டாமல் ஒருவரும் செய்வதில்லை.

பாரதி: கஷ்டப்பட்டவர்கள் லாபம் அடைவது நல்லதுதானே ஐயரே?

ஐயர்: நமக்குப் பணம் நிறைய வந்தால் நீர் சொல்லும் ஏற்பாடு சரி. அது இல்லாவிட்டால் நம் கையால் ஆனதை நாமே செய்து கொள்வதற்கு என்ன என்பது என் கொள்கை. புளி, துவரை, நெல், மிளகாய், உளுந்து இவைகளை மொத்தமாக வாங்கிக் கொள்வது நல்லது. மற்ற சில்லறைச் சாமான்கள் எப்படி அனுகூலமோ அப்படிச் செய்து கொள்ளலாம்.

பாரதி: குத்தின அரிசியை உலையில் போடச் சக்தியில்லை இவர்களுக்கு; என்னவோ சொல்கிறீர்!

ஐயர்: வழக்கந் தவறினதால் வந்த கஷ்டம்! அப்படியே முடியாவிட்டாலும் வேலைக்காரிகளைக் கொண்டு செய்து கொள்ளலாமே!

பாரதி: அதற்கும் பொறுப்பு அதிகம். இவர்கள் அளவிற்குச் சரியாக வராவிட்டால் ஓயாமல் பாடுவார்கள்; நீர் சொல்லும் வழக்கம் ஒரே இடத்தில் வீடு வாசல், காணி பூமி இவைகளோடு இருப்பவர்களுக்குப் பொருந்தும். மிகவும் சுக ஜீவனம். நம் போன்றவர்களுக்குக் கஷ்டம் ஐயரே!

ஐயர்: நாம் எப்பொழுதும் நல்ல வழக்கங்களுக்குக் கௌரவம் கொடுக்க வேண்டியது முக்கியமான முறை. வழக்கத்தை, நம் கையால் முடியாவிட்டாலும், நாம் போற்றுவது நல்லது. அதில் தப்பு வழி சொல்லாமல் இருக்கலாம்.

பாரதி: என் வாழ்க்கையில் அது நடக்கும்படி இல்லை; நான் செல்லம்மாவைக் கற்சட்டி, இரும்புபாணாய் முதலியவற்றை வீசி எறிந்துவிட்டு வெள்ளைக்காரர்களைப் போல் கண்ணாடி, பீங்கான் சாமான்களை வாங்கி வைக்கும்படி சொல்கிறேன். விழுப்பாம், உடைந்துவிடுமாம். அவற்றில் விஷம் இருக்கிறதாம். ஏதேதோ கதை படிக்கிறாள்.

ஐயர்: அது நியாயம். நான் கூட உம்மைவிடப் பைத்தியமாக இருந்தேன். ரங்கூனில் தனியாக இருந்தபோது 'ஸ்பிரிட்' அடுப்பை ஏற்றிப் பித்தளைப் பாத்திரத்திற்குப் பதில் நல்ல கண்ணாடி தம்ளரில் ஜலம் வைத்து டீ இலை எடுத்து வரப்போனேன். திரும்பி வந்து பார்த்தபோது தம்ளர் சுக்கு நூறாக உடைந்து அடுப்பும் கெட்டுப் போயிருந்தது. புதிய அடுப்பே வாங்கும்படியாயிற்று. பீங்கானில் க்ஷயரோகம் உண்டு பண்ணும் விஷம் இருக்கிறது என்று கண்டுபிடித்திருக்கிறார்கள். நம் பழைய வழக்கங்களே நல்லவை. வெளிப் பகட்டு வேண்டியதில்லை."

"சரி, செல்லம்மாவுக்கு நீர் பெரிய வக்கீல். பழக்கம், வழக்கம் என்று பாடிக்கொண்டே இருங்கள். புது வருஷம் பிறந்ததே புதிய பாட்டுக்

கேட்பதில்லையா?" என்று சொல்லி விட்டு, "பாரத சமுதாயம் வாழ்கவே" என்ற புதிய பாட்டைப் பாடினார் பாரதியார். மேலும் சிறிது நேரம் வேறு ஏதோ பேசிக்கொண்டிருந்த பின் நாங்கள் வீட்டை நோக்கிப் புறப்பட்டோம். ஐயர், "இதில் பாரதி தனி ஒருவனுக்கு உணவில்லையெனில் ஜகத்தினை அழித்திடுவோம்' என்று பாடியிருப்பது புகழத்தக்கதே" என்று வழி முழுதும் அந்தப் பாட்டின் பொருளை எனக்குத் தெரியச் சொன்னார்.

15
பெண்கல்வி

இந்தியாவில் 1914-ஆம் வருஷ வாக்கில் பெண் கல்வியின் மேல் ஆவல் கிளம்பியது. பெண் சுதந்திரக் கூக்கூரலும் கிளம்பியது. சிலர் இதை மறுத்தார்கள். அது வரையில் பெண்களுக்கு இங்கிலீஷ் கூடாது என்பது பொது எண்ணமாக இருந்து வந்தது: அப்போதே சிலர் பெண் கல்வியை ஆதரிக்க முன் வந்தார்கள். பெரிய பெரிய பதவிகளில் உள்ள சிலர் வைதிகக் கட்டுப்பாடுகளை லட்சியம் செய்யாமல், தங்கள் வீட்டுப் பெண்களை இங்கிலீஷ் படிக்க அனுப்பி வைத்தார்கள். இன்னும் சில ரோவெனில் இதனால் பிரளயமே வந்து விடும் என்றார்கள். இளம் விதவைகளும் பள்ளிக்கூடங்களில் நிறைந்தார்கள் 'வைகுண்ட வாத்தியார் தெருவில் நூறு அப்பளாம் நாலணாவுக்கு விற்றது; எட்டணாவாக ஆகிவிட்டது' என்று பலர் முறையிட்டார்கள்.

பெண் கல்வியில் இஷ்டமும் சமூகத்தினிடம் அச்சமும் உடைய சிலர் தூற்றலுக்குப் பயந்து தங்கள் பெண்களுக்கு வீட்டிலேயே வெள்ளைக்காரியைக் கொண்டு இங்கிலீஷ் பால பாடம் கற்பித்தார்கள். எங்கள் சமுதாயத்திலேயும் பல மாறுதல்கள் நடந்தன. அன்று வெள்ளைக் கோபுரத்தின் மீது நின்று யார் கண்டனம் செய்தார்களோ, அவர்களே இன்று பெண் கல்விக்கு முதல் இடங் கொடுத்து முன்னுக்கு நிற்கிறார்கள். ஆனந்த வருஷம் (1914-15) எங்கள் உற்றார் உறவினர்களெல்லாம் என் ஜதைப் பெண்களை இங்கிலீஷ் பள்ளிக்கூடங்களுக்கு அனுப்பினார்கள்.

என் தகப்பனார், அலெக்ஸாண்டர் டூமா செய்த 'கௌண்ட் ஆப் மான்டி கிறிஸ்டோ', ஷேக்ஸ்பியரின் நாடகங்கள், மோலியேர் நாடகங்கள், 'ஜில் ப்ளாஸ்' கதையைச் சில பாகங்கள் அவர் தமிழ்ப்படுத்தியிருக்கிறார். நாங்கள் ஆவலோடு தகப்பனார் கூறும் கதைகளைக் கேட்டு ரஸிப்போம்.

பெண்கல்வி சம்பந்தமாக மற்றவர் விஷயம் ஒருபுறம் இருக்க, அது பாரதியாருக்குப் புது ஊக்கமளித்தது. புதிய சொல், புதிய வழியைத் தேடின. அவருக்கு இந்த இயக்கத்தால், நான்கு தோள்கள் வந்தாற்போல் ஆயிற்று, "முக்கியமா, படிப்பைக்காட்டிலும் 'ருதுமதி விவாஹம்' 'விதவா விவாஹம்' இவைகளை வழக்கத்தில் கொண்டு வரவேண்டும்; புருஷர்களைப்போல் பெண்களுக்குப் பிரமாதமாக படிப்பு அத்தியாவசியம் என்பதில்லை. தைரியம், நாகரிகம், சுத்தம் இவை வந்தால் போதும்'' என்பார் பெண்களின் மேன்மையையும்

கௌரவத்தையும் எவ்வளவு எடுத்துக்காட்டலாமோ அவ்வளவையும் தம் கவிதையில் எடுத்துக் காட்டினார்.

நான் என் துணைப் பெண்களோடு பள்ளிக்கூடம் போக வேண்டு மென்று ஆசைப்பட்டேன். என் தாயிடம் இதற்காக வாதித்தேன். என் தாய், "நீ பள்ளிக்கூடம் போகக் கூடாது. வீட்டிலேயே ஐயாவிடம் சொல்லிக் கொள்" என்று சொல்லி விட்டாள். அதற்காக அன்றெல்லாம் அழுது அமர்க்களம் செய்தேன்.

அன்று மாலை நாலு மணிக்குப் பாரதியாரும் செல்லம்மாவும் வந்தார்கள். வழக்கப்படி கடற்கரைக்குச் சென்றோம். நான் சந்தோஷ மாக இல்லாமல் முகத்தைத் தொங்கவிட்டுக் கொண்டிருந்தேன்.

பாரதி: ஏன் யதுகிரி, என்ன கோபம், தினம் போல் இல்லையே? உன் தாய் ஏதாவது கோபித்தாளா?

நான் பதில் சொல்லவில்லை. விம்மி விம்மி அழுதேன். செல்லம்மா என்னை மடியில் படுக்க வைத்துக் கொண்டு நல்ல வார்த்தைகளால் சமாதானம் செய்தார். சிறிது துக்கந்தணிந்த பிறகு, "இதோ பாரும் செல்லம்மா, என் துணைப் பெண்களெல்லாம் இப்போது இங்கிலீஷ் படிக்கப் பள்ளிக்கூடம் சேர்ந்திருக்கிறார்கள். நானும் சேருகிறேன் என்று என் அம்மாவைக் கேட்டேன். அம்மா போகக் கூடாது என்று சொல்லிவிட்டாள்" என்றேன்.

செல்: இதற்காகவா இவ்வளவு துக்கம்? ஐயோ பைத்தியமே! உன் வயதுப் பெண்களானாலும் அவர்கள் பெரியவர்களாகியிருக்க மாட்டார்கள். வயது வந்த பெண்களைப் பள்ளிக்கூடம் அனுப்புவது நல்லதன்று. மேலும் உன் புக்ககத்தார் ஒப்புக் கொள்வார்களோ என்னவோ! இதையெல்லாம் யோசிக்க வேண்டாமா யதுகிரி?

பாரதி: உன் ஜதைப் பெண்கள் பள்ளிக்கூடம் போனதனாலேயே உனக்குக் குறை வந்துவிட்டதா? யதுகிரி, அங்கு விளக்கப்படும் இங்கிலாந்து நாட்டுப்புறங்களும் நதிகளும் கேணிகளும் எங்கிருந்தால் நமக்கென்ன அம்மா? தமிழைப் படி அம்மா போதும். பள்ளிக்கூடம் போனால் சில கெட்ட கோலங்கள் செய்துகொள்ள வேணுமென்ற ஆசை வரும். அதனால் பெண்களுக்கு ஒரு நன்மையுங் கிடையாது.

நான்: ஆமாம்! நன்மை இல்லாமல்தான் எல்லோரும் ஒரேயடியாகப் பெண்களைப் பள்ளிக்கூடம் சேர்த்திருக்கிறார்களாக்கும்! நாம்தான் புத்திசாலிகள்; மற்றவர்கள் முட்டாள்களா?

செல்: நீ படித்து வேலைக்குப் போக வேணுமா, யதுகிரி? காகிதம் எழுதவும் படிக்கவும் வீட்டுக் கணக்குகளைப் பார்த்து எழுதவும் தெரிந்தால் போதும் என்று என் தகப்பனார் சொல்வார். ஆனால் இப்பொழுது காவியம், பாசுரம், கதைகள் எல்லாம் படிக்கிறார்கள். நம் தேச பாஷைகள் நமக்கு முக்கியம். புருஷர்கள் கடிதங்களைப் படிக்க வேணுமானால் இங்கிலீஷ் படிக்க வேணும். பேப்பர், பொருள்

இல்லாத நாவல்கள் இவைகளைப் படிக்கலாம். சமஸ்கிருதம், தெலுங்கு, கன்னடம், ஹிந்தி இவைகளைப் படித்தாலும் படிக்கலாம்.

நான்: எல்லா விஷயங்களும் இங்கிலீஷில் வருகின்றன. என் பாட்டி சொல்லுவார்; 'தெலுகு தேளு, கன்னட கஸ்தூரி, அரவு அத்வானம்' என்று. நான் அதற்காக அவரோடு சண்டைகூடப் போட்டிருக்கிறேன். 'காவியங்கள் தமிழில்தான் நன்றாக இருக்கின்றன' என்று.

பாரதி: உன் பாட்டியார் மேல் தப்பு இல்லை யதுகிரி. நீ குறைப் படுவதுபோல் இப்போது இங்கிலீஷ் பைத்தியம் பிடித்து அலைகிறார்கள். தமிழர்கள், கன்னடம், தெலுங்கில் சில புதிய கலைகளை மொழிபெயர்த்து வளர்த்திருக்கிறார்கள். ஒரு காலத்தில் தமிழ் மேல்நிலையில் இருந்தாலும் இப்பொழுது கீழ் ஸ்திதியில் இருக்கிறது. அதனால் அரவு அத்வானம் என்று அவர்கள் கேலி செய்கிறார்கள்.

நான்: ஏன் அவ்வளவு கீழ் நிலையில் இருக்கிறது?

பாரதி: தமிழர்களிடம் உறுதி குறைவு. இங்கிலீஷ் படித்ததும் காவியங்களின் மேல் அலட்சியம். காவியங்களைப் படித்து அவற்றின் பொருள் அறிவது கஷ்டம். தமிழை ஆதரித்துப் பணம் கொடுப்பவர்கள் குறைவு. இந்தத் தொல்லைகளால் தமிழ் ஓங்கவில்லை. வங்காளிகள் பாஷைக்காகப் பணத்தை வாரி இறைத்திருக்கிறார்கள். தமிழர்களில் சிலருக்குப் பணம் இருந்தாலும் பாஷைக்காகக் கொடுக்கும் மனம் இல்லை. பணம் காத்த பேய்போல வாழ்நாளைக் கழிக்கிறார்கள். இதற்கு என்ன செய்யலாம்? பிள்ளைகளைப் படிக்கவைக்க வீட்டில் உள்ள பணத்தையெல்லாம் வாரி இறைத்து அவன் சம்பாத்தியத்தை எதிர்பார்க்கிறார்கள் தாய் தந்தையர்கள். பிள்ளைக்கோ தன் சம்பாத்தியம் தனக்கே போதாது. பெற்றோருக்கு என்ன செய்யப் போகிறான்? இந்த நிலையில் தேச பாஷை இருக்கிறதா, செத்துப் போய்விட்டதா என்று யோசிக்கக் கூடப் பொழுதில்லை. இந்தப் பஞ்ச உலகத்தில் ஒருவர் இருவர் துணிந்து நின்றால் அவன் சமாஜத்திற்கும் அரசாங்கத்திற்கும் விரோதியாகிறான்.

செல்: காலம் கலிகாலம். எல்லாம் தலை கீழ் வியாபாரம். எங்கு பார்த்தாலும் ஹாஹாகாரம்!

பாரதி: இது வேதகாலம் செல்லம்மா! முக்கால்வாசி வேதத்தில் கோரிக்கைகள் தாம் அதிகம். 'ராட்சஸர்களை அழியுங்கள்!', 'நோய்களை ஒழித்துக் காப்பாற்றுங்கள்!', 'குழந்தைகளை நோய் அணுகாமல் காப்பாற்றுங்கள்!' 'எங்கள் ஆசையை நிறைவேற்றுங்கள்!' 'தேசம் நன்றாகச் செழிக்கும்படிச் செய்யுங்கள்!' 'வருணா! இந்திரா! பயிர்களை ராட்சஸர்கள் அழிக்காமல் காப்பாய்!', 'வாயுவே! நீ கண்கண்ட தெய்வம்!', - இந்தக் கூக்குரல் கோவைதான் வேதம். மகம்மதியர்களின் குர்-ஆனிலும் இப்படியே. 'குழந்தைகளை நல்வழியில் போகும்படி செய்' 'அவர்களை வீரர்களாக ஆக்கு!', 'வயிற்றுக்கும் துணிக்கும்

பஞ்சமில்லாமல் செய்!', 'எல்லோருடனும் தலையெடுத்து வாழும்படி செய்!', 'நல்ல தண்ணீர், நல்ல காற்று அமுதமாக நிரம்பும்படி செய்!' - இவையே குர்-ஆனின் பொருள். பைபிளிலும் இதுவே. பாஷைகள் மாத்திரம் வெவ்வேறு.

செல்: ஆனால் பெரியபுராணம், சங்கராச்சார்யரின் கதைகள் இவை பொய்யா?

பாரதி: பொய் என்று யார் சொன்னது? அது உபநிஷத் காலம். ஒரே மாதிரி இயற்கை இன்பத்தைப் பார்த்துத் திகட்டிப்போய், 'இது பொய்; தெய்வம் ஒன்றே உண்மை' என்று எல்லாவற்றிலும் துறவைக் கைக்கொண்ட காலம் அது. அதிலும் சைவ - வைஷ்ணவச் சண்டை விடவில்லை! எல்லோரும் தியாகத்தைக் கைக்கொள்ளும்படி போதித்தார்கள். யுகங்கள் மாறி மாறி வருவது உலகத்தின் இயற்கை. நம் நாட்டில் மேல்நாட்டு நாகரிகமும் தலைகாட்டவே, ஆசை அதிகரித்தது. நாகரிகம் சிறு குழந்தையின் உள்ளத்தில் கூடப் பலவித ஆசைகளைக் கொணர்ந்து நிறைத்துவிடுகிறது. நாகரிகத்திலும் சில நாள் அமிழ்ந்தால், அதிலும் சலிப்பு வந்துவிடும். புதிய வேலை, புதிய வழி, புதிய நாகரிகம் என்றால் எல்லோருக்கும் ஆசை அதிகம். சிலநாள் சென்றால், அதிலும் பொருள் இல்லை; வீண் ஆடம்பரம்' என்பது தெரிகிறது. அதுவரையில் இப்படித்தான் நடக்கும்.

செல்: மகம்மதியர் காலத்திலும் இப்படியே இருந்ததா?

பாரதி: அக்பர் ஒருவன் நயமாக இந்துக்களை நடத்தினான். பாபரும் அப்படியே. கடைக்காலத்தில் அக்பர் சொல்லியிருக்கிறான்; 'என் பின் சந்ததிகள் இந்துக்களைக் கொடுமையாக நடத்தி மகம்மதிய மதத்தை நிலைக்கச் செய்யப் பார்ப்பார்கள். ஆனால் நான் செய்த அவ்வளவு கூடச் செய்ய முடியாமல் எங்கள் மதத்திற்குக் கோடாரிக் கம்புகளாக ஆவார்கள்' என்று. அப்படியே அவர்கள் சீக்கிரம் அழிந்துவிட்டார்கள். கிறிஸ்தவர்களோ, நல்ல பேச்சிலேயே தங்கள் வழியைக் கைக்கொள்ளும்படி செய்தார்கள். கடந்த தாது வருஷப் பஞ்சத்தின்போது பெரிய பெரிய அண்டாக்களில் கூழைக் காய்ச்சி வைத்துக் கொண்டு சாகக் கிடப்பவர்களை ஒரு கைக் கூழுக்குக் கிறிஸ்தவர்களாக்கினார்கள். மிஷன் பாதிரிகளைக் கொண்டு 'கிறிஸ்தவர்களானால் நிறையப் பணம் தருகிறோம்; பெரிய வேலைகள் கொடுக்கிறோம்' என்று சொல்லச் செய்து ஏமாற்றி நடுத்தெருவில் திண்டாடச் செய்தார்கள்.

செல்: எல்லா மதமும் ஒன்று என்று நீங்கள் சொல்கிறீர்களே?

பாரதி: அது சரி, அதற்காக? நாம் குங்குமம், மஞ்சள் ஒன்றும் இல்லாமல் அவர்களைப் போல் இருக்க வேணும் என்றேனா? நல்லது எல்லோருக்கும் பொது. நம் தேசத்திற்கு எது எடுத்ததோ அது நமக்கு சரி. இதோ, யதுகிரி இங்கிலீஷ் படிக்க வேணும் என்கிறாள்; நீங்கள் தடுக்கிறீர்கள்.

நான்: ஆனால் உமக்கு இஷ்டமா?

பாரதி: எனக்கும் இஷ்டம் இல்லை. நீங்கள் எல்லோரும் தமிழுக்கு ஒரே முகமாகப் பாடுபட்டால் உலகம் புகழும்படி தமிழ் பரவாதா? யாரோ அத்வானம் என்று சொன்னார்கள் என்று வருந்துவதைவிட நாமும் நம் கையாலான உதவி செய்யலாம் என்று ரோஷத்தோடும், உற்சாகத்தோடும் செய்தால் எவ்வளவு நன்றாயிருக்கும்! இங்கிலீஷ் படித்து அதிகாரம் செய்வதைவிட, தமிழைப் போற்றி அதிகப்படுத்துவது நல்லது. புதிய புதிய நடைகளில் தொடருள்ள காவியங்களை விவரிப்பது, கோவையான பாசுரங்களைப் பதம் பிரித்து அச்சிடுவது, பெயர் போன பாஷைகளிலிருந்து நல்ல நல்ல கதைகளைப் பிரசுரிப்பது, இயற்கை சாஸ்திரம், செயற்கை சாஸ்திரம், வான சாஸ்திரம், வனப் பொருள் சாஸ்திரம் இவைகளை மொழிபெயர்ப்பது இதனால் நன்மை உண்டாகும்.

நான்: 'மாடர்ன் ரிவ்யூ'வில் ஒரு கதை வந்திருந்தது. அதை ஐயர் சொன்னார். 'க்ஷுதித பாஷாணம்' என்று அதற்குத் தலைப்பு. அதை எப்படித் தமிழில் சொல்வது? இங்கிலீஷ் தெரிந்திருந்தால் கதையை நாங்களே படிக்கலாம் அல்லவா?

பாரதி: 'க்ஷுதித பாஷாணம்' என்றால் 'பசி கொண்ட கற்கள்'[1] அல்லது பாறைகள் என்று சொல்லலாம். ரவீந்திரநாதரின் கதை அது. அப்படிப்பட்ட கதைகளை மொழிபெயர்ப்பதும் நல்லதே. பாவ கற்பிதமான துணுக்குக் கதைகள்.

செல்:அன்று சொன்னீர்களே, 'மானபங்கம் அல்லது கிரி பாலா'[2] கதை; அதில் ஆரம்பம் சரியாக இல்லை, முடிவு சரியாக இல்லை; புதிர் போல் இருக்கிறது. கோபிநாதன் கை கால்களை உதைத்துக் கொண்டு 'அவளைக் கொல்லுவேன் என்றான். திரை விழுந்தது' என்று கதை முடிகிறது. இது எங்களுக்குச் சரியாகப் புரியவில்லை.

பாரதி: இல்லை செல்லம்மா, நம் வழக்கம் ஓர் ஊரில் ஒரு ராஜா இருந்தான்' என்று ஆரம்பித்து, 'சௌக்கியமாக இருந்தான்' என்று முடிப்பது. ஆனால் இந்தப் புதுவழியோ, புயற்காற்றுப் போல் ஒரு காட்சியைக் காட்டி மறைந்து விடுகிறது. நாமே சிலநேரம் யோசனை செய்தால் பொருள் தெளிவாகத் தெரியும். புத்தியைக் கூர்மைப்படுத்த இது ஒரு வழி. நீயும் இப்படிச் சில கதைகள் படித்தால் பிறகு பழக்கமாகிவிடும்.

நான்: வங்காளியையோ, இங்கிலீஷையோ கற்றுக் கொண்டால்தானே நாங்களாகப் படிப்பதற்கு? இல்லாத வரையில் நீங்கள் சொல்லித்தானே தெரிந்து கொள்ள வேணும்.

செல்: எட்டிடமும் குளிர்ந்து இவர்கள் சொல்லும்போது பார்க்கலாம். இவர்கள் கதைகளில் சில கதைகள் நம் வீட்டில் நடப்பதைச் சொல்வது போல் இருக்கின்றன.

பாரதி: பொய்க் கட்டுக்கதைகளைக் காட்டிலும் உண்மையான கதைதான் அழகு செல்லம்மா. நேற்றுக் குழந்தைகளுக்குச் சொன்னாயே, அருவியில் நடந்ததை, அதை நான் அப்படியே எழுதி வைத்திருக்கிறேன். என்ன வேடிக்கையாக இருக்கிறது தெரியுமா? அதை 'சுதேசமித்திர'னுக்கு அனுப்பப் போகிறேன். நீ உன் சிற்றப்பாவை வருணித்தபோது குழந்தைகள் எப்படித் துள்ளிச் சிரித்தார்கள்! நம் சாதாரண வாழ்விலும் 'ஓர் அதிசயம் இருக்கிறது. தினசரி எழுதி வைத்தால் அதைவிட அழகான கதை கிடையாது. இந்த மாதிரி ஒவ்வொரு கதை ஜோடித்தால் கூடப் போதும். தமிழை உயர்த்த ஸ்ரீ ஸ்ரீநிவாஸாச்சாரியார் கூட தாகூருக்குக் கடிதமெழுதி உத்தரவு பெற்று அவர் கதைகளைத் தமிழ்ப்படுத்த வேண்டும் என்று சொன்னார். அதை அச்சிடுவதும் மிகவும் நல்ல வேலையே.

மேலே குறித்த செல்லம்மா சொன்ன கதையைப் பாரதியார் 'சுதேசமித்திர'னுக்கு அனுப்பினார். 1917-ஆம் வருஷம் டிசம்பர் மாதம் வெளியான 'சுதேசமித்திரன்' வருஷ அனுபந்தத்தில் இக்கதை 'அருவி அல்லது வள்ளி வாண தீர்த்தமாடிய கதை' என்ற தலைப்புடன் வெளிவந்தது.

அடிக்குறிப்புகள்:

1. இக்கதையை பாரதியார் தமிழில் மொழிபெயர்த்து, 'ஆசாபங்கம்' என்ற தலைப்பில் வெளியிட்டுள்ளார்.

- பதிப்பாசிரியன்

2. இக்கதையும் பாரதியாரால் தமிழ்ப்படுத்தப்பட்டுள்ளது.

- பதிப்பாசிரியன்

16

எங்கள் வேள்விக் கூட மீதில்

ஆனந்த வருஷம் பெயரளவில் ஆனந்தமாக இருந்ததே ஒழிய உலகத்திற்குப் பெரிய தொந்தரவு வருஷமாக உலக மகாயுத்தத்தையும் கஷ்டங்களையும் கொணர்ந்து விட்டது. என் வாழ்க்கையிலும் புதிய மாறுதல்கள் ஏற்பட்டன. பிறந்த நாள் முதல் பன்னிரண்டு வயது வரையில் ஒரே மாதிரியான சுதந்திர ராஜ்யத்தில் அரசியாக வாழ்ந்து வந்தேன். எல்லோரும் செல்லம் கொடுத்து மிகவும் அருமையாக, என் மனம் நோகாதபடி வளர்த்து வந்தார்கள்.

என் புதிய வாழ்க்கை மதராஸிலே ஆரம்பம் ஆயிற்று. சிறிது காலத்திற்குப் பின் என் தகப்பனாரைப் பார்க்க நான் மாத்திரம் என் தாயுடன் புதுச்சேரிக்குப் போய் ஒருவாரம் இருந்து மறுபடி மதராஸுக்கு வந்து விட்டேன்.

பதினான்காம் வருஷம் பள்ளிகள் மூடிய பிறகு நானும் என் கணவரும் புதுச்சேரிக்குப் போனோம். அவர் ஒரு வாரம் இருந்துவிட்டு மைசூருக்குச் சென்றார். நான் தாய் வீட்டில் இருந்தேன்.

ஆனந்த வருஷம் ஆரம்பித்த யுத்தம் ராட்சஸ வருஷம் மும்முரமாக நடந்து கொண்டே இருந்தது. பாரீஸிலிருந்து ரிஷார் (paul Richard போல் ரிஷார்) என்ற பிரெஞ்சு அறிஞர் புதுச்சேரிக்கு வந்திருந்தார். வேத பரிசோதனைக்கு அரவிந்த கோஷுடன் அவரும் வருவாராம். பாரதியார், ஐயர், என் தகப்பனார் இவர்களுடன் நெருங்கிப் பழகுவார்.

பிரான்ஸ் தேசத்தில் சைனியக் குறைவாலோ வேறு எந்தக் காரணத்தாலோ தெரியாது, ஏழு குழந்தைகள் உடையவர்கள் படையில் சேர வேண்டும் என்று உத்தரவு செய்யப்பட்டிருந்தது. இதை எங்களுக்குச் சொல்லியவர் பாரதியார்.

ரிஷார் பாரீஸ் செல்வதை முன்னிட்டுத் தேயிலைக் கச்சேரிக்கு ஏற்பாடு ஆகியிருந்தது. நாங்கள் எல்லோரும் அதற்குச் சென்றிருந்தோம். மதாம் ரிஷார், ரிஷார், அவர்களது பெண்கள் இருவர், மற்றும் பல நண்பர்கள், வட்டமான மேஜை, சுற்றிலும் நாற்காலிகள், மேஜை மீது பீங்கான் தட்டுகளும் கிண்ணங்களும், அதற்கு முன் நான் தேநீர்க் கச்சேரியைப் பார்த்ததில்லை. அதுவே முதல் தடவை. என் தாயும் பாக்கியலட்சுமி அம்மாளும் தவிர எல்லோரும் சிற்றுண்டியும் தேநீரும் உட்கொண்டோம். வெற்றிலை பாக்கை அவர்களும் மென்றார்கள். பிறகு நாங்கள் பிரிந்து கடற்கரைக்குச் சென்றோம்.

பாரதியார் சொன்னார்: "யதுகிரி, ஒரு வேடிக்கை பார்த்தாயா? ரிஷாருக்கும் மதாம் ரிஷாருக்கும் குழந்தையே இல்லை. ஆனாலும் ஏழு குழந்தைகளின் தகப்பனார் என்ற காரணத்தால் பாவம், ரிஷார் யுத்தத்திற்குச் செல்ல வேண்டியிருக்கிறது. எப்படி? சொல் பார்க்கலாம்"

செல்: நீங்கள் சொல்வது அர்த்தமே ஆகவில்லை. இவர்களுக்குக் குழந்தை இல்லாவிட்டால் இவர்களின் அண்ணன் தம்பிகளுக்குக் குழந்தைகள் இருக்கலாம். என்ன சட்டமோ, என்ன உத்தரவோ! யார் கண்டார்கள்?

பாரதி: இல்லை செல்லம்மா, இதில் ஒரு புதிர் இருக்கிறது. ரிஷாருக்கு முதல் மனைவியிடம் மூன்று குழந்தைகள் இருக்கின்றன. மதாம் ரிஷாருக்கு முதற் கணவனிடம் நான்கு குழந்தைகள் இருக்கின்றன. இருவரும் மணம் செய்து கொண்டதால் ஏழு குழந்தைகளுக்குத் தாய் தகப்பனானார்கள்; அவ்வளவே.

செல்: சிவ, சிவ! போதுமே, அவர்கள் வாழ்வு! நான்கு குழந்தைகள் இருக்கும்போது இரண்டாங் கல்யாணமா! வெட்கக்கேடு!

பாரதி: அது அவர்கள் வழக்கம். இந்த மாதத்து 'மாடர்ன் ரிவ்யூ' பத்திரிகையில் 'கிரிபாலா அல்லது மானபங்கம்' என்று ரவீந்திரநாதர் ஒரு கதை எழுதியிருக்கிறார் என்றும் அது மிகவும் நன்றாக இருக்கிறது என்றும் முன்பு ஒருநாள் சொன்னேனே, அதில், பதுமை போல் இருக்கும் அழகை விட மனிதர்கள் நடக்கும்போதும் கைகளை அசைக்கும்போதும் சிரிக்கும்போதும் நாற்புறமும் பார்க்கும் போதும் இருக்கும் அழகு அதிகம்' என்கிறார் அவர். புருஷன் மனைவியைக் கட்டுப்படுத்தித் தன் மனம் போல் நடக்கிறான். மனைவி புருஷனுக்குப் பதில் செய்து காட்டுகிறாள். இது புதிய வழி. இதற்கு என்ன சொல்கிறாய்?

செல்: இது எனக்கு ருசிக்கவில்லை. வண்டி இழுக்கும் மாடு கிழமானால் வேறு மாடு என்பது பசு, பட்சி ஜாதிகளுக்குத்தான் சரி; மனிதருக்குப் பொருந்தாது.

பாரதி: நீ என்ன சொல்கிறாய், யதுகிரி?

நான்: என்னால் உமக்குச் சரியாக வாதிக்க முடியாது. ஒரு புருஷனுடன் வாழ்வதே கஷ்டம். மறு விஷயம் ஒப்புக் கொள்கிறாற்போல் இல்லை. அசல் தேசத்தார் செய்வதாலே அது நாகரிகம் என்று சொல்லி விட முடியுமா?

பாரதி: செல்லம்மா சொல்லியதை வேறுவிதமாகச் சொல்கிறாய். போகட்டும், இன்று உன் தாய், ஐயர் வீட்டு அம்மாள் இருவரும் டீ குடிக்கவில்லை. கிண்ணங்களை மேஜையின் கீழ் வைத்துவிட்டார்கள். நானும் மதாம் ரிஷாரும் கவனித்தோம். என்ன விஷயம்?

நான்: என் தாய் வெள்ளி லோட்டா தவிர வேறு எதிலும் குடிக்கமாட்டாள். மேலும் அவளுக்கு டீ, காப்பி எதுவும் பிடிக்காது. அந்த எச்சில் மயமான கிண்ணத்தில் டீயைக் குடிப்பாளா? பாக்கியலட்சுமி அம்மாளும் அப்படியே. அவருக்கு ஒருவேளை டீ பிடிக்குமோ என்னவோ தெரியாது.

பாரதி: வேறு வேறு கிண்ணங்களில் வைத்தும் எச்சிலா?

நான்: மேஜை மேல் ஒரே துணி இருந்தது. அந்த வழக்கம் அவர்களுக்குப் பிடிக்காது. செல்லம்மா உம்முடைய நிர்ப்பந்தத்திற்கு ஒப்பினார். பாக்கியத்தம்மாளை யாரும் நிர்ப்பந்தப்படுத்துவதும் இல்லை; அவர்கள் கேட்கவும் மாட்டார்கள்.

பாரதி: புது வழக்கங்களைச் சுதேசிகள் எல்லோரும் ஒத்துக் கொள்வார்கள் என்று நான் நினைத்தால், அது முடியாது போல் இருக்கிறதே! இன்னும் சில நாள் சென்றால் சரியாகும்.

நான்: என் தாய் சீதபேதியாகப் படுத்திருந்தபோது காப்பி கொடுத்தால் நல்லது என்று டாக்டர் அம்பு சொன்னார். மருந்துபோல் குடிக்கும்படி எவ்வளவோ சொன்னோம். அவள் கேட்கவே இல்லை.

செல்: நம் வழக்கத்தைப் போல் நல்ல வழக்கம் ஒன்றும் இல்லை. நீங்கள் வெறுமனே புதிய வழக்கம் என்று குதிக்கிறீர்கள்.

பாரதி: மணி எட்டடிக்கிறது. புறப்படுங்கள்.

எல்லோரும் வீட்டை நோக்கிப் புறப்பட்டோம்.

இப்படியாக ஒருமாத காலம் புதுச்சேரியில் இருந்தேன். பெங்களூரில் என் மாமியார் வீட்டில் கல்யாணம் நிச்சயமானதால்தான் அங்கே போக வேண்டி வந்தது. ஊருக்குப் புறப்படுகிற தினம் ஐயர் வீட்டிற்கும் பாரதியார் வீட்டிற்கும் சொல்லிக் கொள்ளப் போனேன். நான் போனபோது பாரதியார் 'அக்கினி தோமம்' என்ற பாட்டை முடித்திருந்தார். நானும் செல்லம்மாவும் மாடிக்குச் சென்றோம். பாரதியார், 'எங்கள் வேள்விக்கூட மீதில்' என்று துவங்கும் அக்கவிதையைப் பாடிக் காட்டினார். கவிதையின் ஓர் அடியை மிகவும் ரோஷமாகவும் கம்பீரமாகவும் ஓர் அடியை சோக மயமாகவும் பாடினார். அசுரர்களின் அழுகை மனத்தைக் கரைத்துவிட்டது. செல்லம்மா கண்ணில் நீர் வழிந்தது.

பாரதி: பேஷ்! நோய்களெல்லாம் இறந்து போகின்றனவே என்று அழுகிறீர்கள்? வெகு அழகு!

செல்: அப்பா! நீங்கள் பாடிவிட்டால் அழுகை தடுக்கவே முடிவதில்லை.

நான்: எனக்கு அந்தக் குறிப்பைக் கொடும். ஆனால் போன வருஷம் உம்முடைய பாட்டை விழுப்புரத்தில் சோதனைக்காரர்கள்

எடுத்துக்கொண்டு விட்டார்கள். சோதனைத் தொந்தரவு அதிகம், என்ன செய்யலாம்?

பாரதி: இதன் மேல் கொட்டை எழுத்தில், 'அக்கினி தோமம்' என்று எழுதிவிடு. பேசாமல் விட்டுவிடுவார்கள்.

செல்: அதில் உங்கள் பெயரைப் பார்த்தால் சும்மா விடுவார்களா? யதுகிரி, பாட்டை உன் பாட்டுப் புத்தகத்தில் எழுதிவிடு. இந்தக் குறிப்பைக் கொண்டு போகாதே!

நான்: இதை எழுத இப்போது அவகாசம் இல்லை. பாரதியார் கொடுத்த 'புதுமைப்பெண்ணை' எழுதிவிட்டேன். இதை அதிலேயே வைக்கிறேன். அவர் சொல்லியபடி பெரிய எழுத்தில் 'அக்கினி தோமம்' என்று எழுதிவிடுகிறேன். அவர்கள் என்னதான் செய்கிறார்கள் பார்க்கலாம்.

பாரதி: அப்படியே செய். அவர்கள் எடுத்துக் கொண்டால் நான் வேறு அனுப்பி வைக்கிறேன். யோசிக்காதே போய் வா அம்மா.

ஐயர் அப்பொழுது 'மங்கையர்க்கரசியின் காதல்', 'குளத்தங்கரை அரச மரம்' இரண்டு கதைகளை எழுதி முடித்திருந்தார். இரண்டும் துக்கமயமான கதைகள். நான் நாகராஜனை[1] நன்றாக வைதேன். ஐயர், எல்லாம் சௌக்கியமாகவும் சந்தோஷமாகவும் இருப்பதால் இதிலும் ஒரு புது ருசி இருக்கிறதம்மா" என்றார்.

அன்றிரவே நான் புறப்பட்டேன். சோதனைக்காரர்கள் பாரதியார் சொன்னபடியே விட்டு விட்டார்கள்!

அடிக்குறிப்புகள்

1. இரண்டாம் கதையின் கதாநாயகன்.

17

தேவர் வருகவென்று!

புதுவையிலிருந்து பங்களூர் போய்விட்டு, அங்கே கல்யாணம் ஆன பிறகு நாலு மாதம் மைசூரில் இருந்து விட்டு என் பாட்டியுடன், மதராஸ் வந்து சேர்ந்தேன். என் தாய் மதராஸில் இருந்தாள். நான் வந்த சில நாட்களில் புதுச்சேரிக்குச் சென்றாள். மைசூரிலிருந்து வந்தபோது கொணர்ந்த இரண்டு வெள்ளிக் கிருஷ்ண விக்கிரகங்களைக் கொண்டு போய் பாரதியின் இரண்டாம் பெண் சகுந்தலாவுக்கும் ஐயர் புதல்வி சுபத்திராவுக்கும் கொடுத்தாள். சகுந்தலா அதற்குக் குளிப்பாட்டுவது, அதைத் தூங்கச் செய்வது என்று சதாகாலமும் அதை வைத்து விளையாடிக் கொண்டே இருப்பாளாம். பாக்கியலக்ஷ்மி அம்மாள் சின்னப்பெட்டியில் சிவப்புப்பட்டை விரித்து அதில் கிருஷ்ணனை வைத்துப் பூஜை மாடத்தில் வைத்திருந்தாராம்.

சுவாமிநாத தீக்ஷிதர் பெண்ணுக்கும் எனக்கும் கடிதப் போக்குவரத்து உண்டு. ஒரு கடிதத்தில், 'சகுந்தலா வைத்திருந்த கிருஷ்ணன் காணாமற் போய்விட்டதாம். அன்றே சகுந்தலாவுக்கு ஜுரம் வந்துவிட்டது. இப்பொழுது சற்றுக் கடுமையாக இருக்கிறது. நீ வருகிறபோது இன்னொரு கிருஷ்ண விக்கிரகம் வாங்கி வரும்படி பாரதியார் எழுதச் சொன்னார். மறக்காமல் கட்டாயம் வாங்கிக் கொண்டு வா' என்று எழுதியிருந்தாள். மறுபடி என் தாய் வந்து சென்றபோது செல்லம்மாவிடம் ஒரு கிருஷ்ண விக்கிரகத்தைக் கொடுத்தாள்.

நான் நள வருஷம் ஐப்பசி மாதம் கையில் குழந்தையுடன் புதுச்சேரி சென்றேன். சகுந்தலாவின் உடம்பு நன்கு தேறியிருந்தது. ஐயரும் பாரதியாரும் வந்து என்னை க்ஷேமம் விசாரித்துப் போனார்கள். பாரதியார் முன்போல் கலகலப்பாக எல்லோருடனும் பழகுவதை விட்டுவிட்டார் என்று அறிந்தேன். என் தாய் முன்பெல்லாம் சொல்லுவாள், "பாரதியார் வந்தால் பின்னால் நாலு பேர்; முன்னால் நாலு பேர். எப்பொழுதும் யாராவது அவரைச் சுற்றிக்கொண்டே இருக்கிறார்கள். எல்லாம் அவர் கவிதையின் மகிமை!" என்று. இப்பொழுது அந்த நிலை இல்லை. முதன் முதலில் இந்தத் தனிமை அவருக்குக் கஷ்டமாகத்தான் இருந்திருக்கும் என்று எண்ணுகிறேன்.

இந்தச் சமயம் நான் பெரிய நோயாளி ஆகியிருந்தேன். முன்னெல்லாம் போல் நினைத்தபடி வெளியே போக முடிகிறதில்லை. எனினும், போன சில நாட்களுக்குப் பின் ஒருநாள் குழந்தையுடன் பாரதியார் வீட்டிற்குப் போனேன். அன்று அவர் மௌனவிரதம்

முடிந்திருந்தது குழந்தையைப் பாயில் விட்டிருந்தது அது கைகால் ஆட்டுவதையும், அதன் கொச்சை மழலையையும் கண்டும் கேட்டும் பரவசமடைந்த பாரதியார், அளவுகடந்த சந்தோஷத்துடன், *'சின்னஞ் சிறு கிளியே'* என்ற பாட்டைப் பாடி மகிழ்ந்தார்.

"செல்லம்மா, இதோ பார், எப்படிக் கொஞ்சுகிறது!" என்றார்.

செல்: யதுகிரி, சின்னக் குழந்தையின் விளையாட்டைப் பார்த்து ரொம்ப நாள் ஆகிவிட்டது. அதனால் இது செய்வதெல்லாம் புதுமையாக இருக்கிறது அவருக்கு.

பாரதி: அது விளையாடினால் நமக்குச் சந்தோஷமாகிறது. நோயாய்ப் படுத்தால் சகிக்க முடிவதில்லை.

செல்: போன வருஷம் பட்ட பாட்டை நினைத்தால் பயமாக இருக்கிறது, யதுகிரி. இவ்வளவு வீரம் பேசுகிறாரே, இவர் கூடப் புழுவாய்த் துடித்துவிட்டார். அம்பாள்தான் காப்பாற்றினாள். எந்த எந்த விதமாகப் பாடினாலும் மனத்தின் துடிப்பு நிற்கவில்லை.

பாரதி: இந்தச் செல்லம்மா இப்பொழுது சொல்கிறாள் யதுகிரி. அப்பொழுது நிற்கவே மாட்டாள். சதா முகத்தைத் தொங்கவிட்டபடி இருப்பாள். "இந்தக் குழந்தையின் ஜுரம் எனக்கு வரட்டும். ஸ்வாமி!" என்று புலம்புவாள். பாப்பாவோடு இவளைக் காப்பாற்றும் பொறுப்பும் எனக்கு விழுந்தது.

செல்: இவர் காத்தது ரொம்பத்தான்! பாப்பாவைத் தொட்டுவிட்டுக் கையைக் கழுவாவிட்டால் உள்ளே போக விடமாட்டார். ஏதோ ஒரு மருந்தை ஒரு பாத்திரத்தில் வைத்து அதில் கையைக் கழுவு என்பார். எதைத் தொட்டாலும் அந்த மருந்தின் நாற்றம்! நான் மாட்டேன் என்றால் மல்லுக்கு நிற்பார். பாப்பாவோ, "செல்லம்மா, செல்லம்மா" என்று நிமிஷத்திற்கு நிமிஷம் அழைக்கும். போதும் போதும் என்று ஆகிவிடும் என்பாடு. எல்லாம் கனவு போல் இருக்கிறது இப்பொழுது.

பாரதி: சரி, அதில் கை கழுவாவிட்டால் பூச்சிகள் எப்படிச் சாவது? டாக்டர் நூறு தடவை சொல்லியிருக்கும்போது செல்லம்மா குழந்தையைத் தொட்டுவிட்டுக் கை கழுவமாட்டேன் என்பாள். அந்த ஜுரம் விஷ ஜுரம்!

செல்: இரண்டாம் வாரம். ஜுரம் கண்மூடிக் கொண்டு காய்கிறது. இரவு எட்டுமணி இருக்கும். இவர் காய்ச்சல் குச்சியை வைத்தார். ஐந்து நிமிஷம் கழித்து எடுத்துப் பார்த்தால் அளவு மீறி இருந்தது. மறுபடி வைக்கலாம் என்று உதறினார். அது கை நழுவிக் கீழே விழுந்து சுக்கல் சுக்கலாக ஆகிவிட்டது. கை நடுக்கம்! மனத்தில் பயம்! என்ன செய்வது? வேலைக்காரியை டாக்டர் வீட்டிற்கு அனுப்பினேன். அவர் வந்து பார்த்து, "இன்றிரவு கழிய வேணும், பயப்படவேண்டாம்" என்றார். பிறகு, "உங்களிடம் தர்மாமீட்டார் கொடுப்பது தவறு" என்று கூறி ஓர் இஞ்ஜக்ஷன் கொடுத்துவிட்டுப் போனார். நினைவில்லாத

ஜுரம். குழந்தை பேச முடியாமல் தவிக்கிறது. நான் கல் பொம்மை போல அதனிடம் உட்கார்ந்து கிடந்தேன். இவர் துயரம் சகிக்காமல் வாய்விட்டு அலறினார்; "பாப்பா நீ பெரிய சபைகளில் லெக்சர் கொடுக்கப் போகிறாய்; பெரிய பண்டிதையாகப் போகிறாய் என்று இருந்தேனே! உன் நாக்குப் புரள்வதில்லையே!" என்று சுவரில் மோதிக் கொண்டார்; நான் எழுந்து போய்ச் சமாதானம் செய்தேன். இரவெல்லாம் தூங்காமல், 'சக்தி, சக்தி' என்று கதறினார். காலையில் ஜுரம் சற்றுக் குறைந்தது. பணம் இல்லை. நோயின் கொடுமை வேறு. எப்படிச் சகிப்பது?

பாரதி: உண்மையில் அந்த இரண்டு மாதமும் தவியாய்த் தவித்தோம் யதுகிரி. முன்பு தங்கம்மாவுக்கு நிமோனியா கண்டிருந்தபோது இப்படி இல்லை; நஞ்சுண்டராவ் தம் குழந்தையைப்போல் பார்த்தார். ஸ்வர்ணம் இருந்தாள். எனக்கு இவ்வளவு தவிப்பு இல்லை.

செல்: அப்பொழுது அப்பாதுரையும்[1] இருந்தான். உங்கள் மேல் பொறுப்பு விழுந்திருக்கவில்லை. நீங்கள் குஷியாக ஆபிஸ் சிநேகிதர்களோடு இருந்தீர்கள். இப்பொழுது யாரைக் கொண்டு வருகிறது?

நான்: மீனா எனக்கு எழுதியிருந்தாள். கவலையாக இருந்தது. ஐயா போட்ட கடிதத்தில் சகுந்தலாவுக்கு சுமாராய் இருக்கிறது என்று எழுதியிருந்தார்.

பிறகு, புதிய பாட்டுக்கள் எவ்வளவு பாடியிருக்கிறார் என்று கேட்டேன்.

செல்லம்மா, "புதிய பாட்டுக்களைக் காட்டிலும் விரதம் அதிகமாகிவிட்டது யதுகிரி. எனக்கே சகிக்க முடியவில்லை. வாய் மூடாமல் பாட்டும் பேச்சுமாக இருந்தவர் ஊமை போலச் சமிக்ஞை செய்வது, எழுதிக் காண்பிப்பது; இது என்ன புதுமையோ!" என்றார்.

பாரதி: நீயும் மௌனமாய் இருந்து பார், செல்லம்மா, அதில் தனி சுகம் இருக்கிறது.

செல்: போதுமே சுகம், எனக்கு! பால்காரி, மோர்க்காரி, எண்ணெய்க்காரி எல்லோருக்கும் யார் பதில் சொல்வது? இந்த வழியை எந்த மண்ணாய்ப் போகிறவன் காட்டினானோ!

பாரதி: யாரும் காட்டவில்லை. செல்லம்மா; ஒருநாள் செய்தேன்; எனக்கே 'மஜா' பிறந்தது; அந்த வழியைப் பிடித்தேன். வாரத்தில் மூன்று நாள் பேசாமல் இருந்தால் எழுத்து வேலை தடங்கல் இல்லாமல் நடக்கிறது; 'சுதேசமித்திரன்' தகராறு இல்லாமல் பணம் அனுப்புகிறது. உனக்கு நல்லதுதானே?

செல்: இது மழைக்காலம். இந்த வீட்டு ஓடுகள் எல்லாம் உடைசல்கள். வீட்டுக்காரி, "நீங்களே ரிப்பேர் செய்து கொள்ளுங்கள்"

என்று சொல்லிவிட்டாள். அண்ணியம்மா, "இதே வீதியின் கடைசியில் மாடி வீடு காலியாக இருக்கிறது. வாடகை குறைவு. நீங்கள் பாருங்கள்" என்றாள். அந்த வீட்டுக்காரன் நேற்று வந்திருந்தான். இவருக்கு மௌனவிரதம். "நாளைக்கு அவரே வருவார்" என்று சொல்லி அனுப்பினேன். சாமியார், ஆண்டி, பண்டாரம் இவர்களுக்கு மௌனவிரதம் சரி. சம்சாரிகளுக்குச் சரியாகுமா? பேசினால் எழுத வேண்டாம் என்று எந்த வேதம் முறையிடுகிறது? ஒரு நாளைக்கு நாலுமணி நேரம் பேசாமல் இருப்பதாக ஒரு கிரமம் செய்து கொள்ளட்டும். இவருக்கு விரதம் என்றால் வீட்டில் ஈ ஆடுவதில்லை. எல்லா ஆட்டங்களையும் போல இதுவும் ஓர் ஆட்டம்! இன்னும் எவ்வளவு நாள் இந்த வேடிக்கையை அனுபவிக்க வேண்டுமோ! யார் கண்டார்கள்!

பாரதி: செல்லம்மா, நீ அவ்வளவு தூரம் அலுத்துக் கொள்ள வேண்டியதில்லை. இன்று வீட்டைப் பேசி முடித்து விட்டேன். நல்ல நாள் பார்த்துக் கொண்டு நாம் அங்கே போக வேண்டியதுதான் பாக்கி. இனி மாதத்தில் சில நாள் மௌனவிரதம் என்று கிரமம் செய்துவிடுகிறேன். புதிய சொல், அதாவது 'ஓம்' என்பதைப்போல் தமிழில் ஒருபதம் கண்டுபிடிக்க வேண்டும். அதனால் மௌனவிரதம் இருக்கிறேன்.

பிறகு *'தேவர் வருகவென்று'* என்ற பாட்டைப் பாடினார் பாரதியார். பின்னர், எனக்குக் கொடுப்பதற்கு என்று வைத்திருந்த குறிப்புகளைக் கொணர்ந்து கொடுத்தார்.

'சக்திக்கு ஆத்ம சமர்ப்பணம்', 'ஜயமுண்டு பயமில்லை மனமே', 'இயற்கை என்றுனை உரைப்பார்', உலகத்து நாயகியே எங்கள் முத்துமாரி', 'காலமாம் வனத்தில்', 'பொழுது புலர்ந்தது', 'மலரின் மேவு திருவே', 'குயில்' பாட்டில் ஒரு பகுதி - ஆகியவை அந்தக் குறிப்புகளில் இருந்தன. நான் அவற்றை எடுத்துக் கொண்டு வீடு வந்து சேர்ந்தேன்.

அடிக்குறிப்புகள்

1, செல்லம்மாளின் தமையனார். - பதிப்பாசிரியன்

18

காணி நிலம் வேண்டும்

நள வருஷம் கார்த்திகை மாதம் 8ஆம் தேதி (16-11-1916) புதன்கிழமை நல்ல நாளில் பாரதியார் முன் சொன்ன வீட்டிற்குக் குடி போனார். அந்த வருஷம் ஐப்பசி மாதம் மழை இல்லாமல் ஜனங்களெல்லாம். 'ஆ, ஆ' என்று அலைந்தார்கள். ஆனால் கார்த்திகை மாதத்திலோ புயலும் மழையும் அடித்தன!

பாரதியார் புது வீட்டிற்குக் குடிபோன அன்று மாலை சுமார் நாலுமணியிலிருந்தே மேகக் கூட்டங்கள் குவிந்து குவிந்து ஆர்ப்பாட்டம் செய்து கொண்டிருந்தன. எங்கள் வீடு வெயிற்காலத்தில் சுகமாக இருக்குமே ஒழிய மழைக்காலத்திற்குச் சுகமில்லை. எல்லா இடங்களிலும் சாரல் அதிகமாக அடிக்கும். இரண்டு மெத்தைகளுக்கும் நடுவிலே இருக்கும் பள்ளமான அறை, வீதிப்புறம் இருக்கும் அறை, தொட்டில் இருக்கும் அறை - இவை மூன்றே நனையாத இடங்கள்; மற்ற இடமெல்லாம் தெப்பமாகிவிடும்.

நாங்கள் மாலை ஏழு மணிக்குச் சாப்பாட்டை முடித்துக் கொண்டு மாடிக்குச் சென்றோம். என் தாய் கீழேயே இருந்தாள்.

இரண்டு பெஞ்சுகள்; அவற்றில் 'நான், என் மடியில் என் குழந்தை, பக்கத்தில் தங்கைமார் இருவர், தகப்பனார்' ஆகியோர் உட்கார்ந்திருந்தோம்.

எட்டுமணி சுமாருக்கு மழை ஆரம்பமாயிற்று. கடுமையான மழை. பாகவதத்தில் இந்திரன் மழை பொழியச் செய்ததைப் படித்திருந்தோம். இப்பொழுது அதை நேராகவே பார்த்தோம். இடியின் ஓசை வீட்டையே அதிரச் செய்தது. மின்னலின் வீச்சு கண்ணைப் பறித்தது. புயற்காற்றும் வீசத் தொடங்கிற்று.

சுண்டு விரல் பருமனுக்கு மழை தாரை தாரையாகப் பொழிந்தது. வீட்டின் ஒரு பக்கத்துச் சுவர் ஒரே நேராகப் பெரிய மதில் சுவர்போல் இருந்தது. ஒரே நெட்டாகச் சுவர் எழுப்பக்கூடாதென்று ஒரு சட்டம் உண்டாம். அந்தச் சட்டத்திற்கு விரோதமாக நேராகச் சுவர் எழுப்பி அந்த வீட்டைக் கட்டியிருந்தார்கள். பழைய கட்டடம். எஜமான் இல்லை; எஜமானி இருந்தாள். அவள் வாடகைப் பணத்திற்கு எஜமானியே தவிர வீட்டை ரிப்பேர் செய்வதில் அவளுக்கு அக்கறை இல்லை.

இடி இடிக்கும்போதெல்லாம் வீடு கிடு கிடு என்று நடுங்குவது போல் இருந்தது. கிழக்குப் புறத்துச்சுவர் பெரிய கண்ணாடி

ஜன்னலுடன் கூடியது. அந்தச் சுவர் இரவு சுமார் பன்னிரண்டு மணி சமயத்தில் மளமளவென்று இடிந்து விழுந்தது.

மேற்குப் புறத்துச் சுவர் அருகில்தான் நாங்கள் ஒதுங்கி இருந்தோம். அந்தச் சுவரும் தலைமேல் விழுந்துவிடுமோ என்று அஞ்சி நடுங்கினோம். என் தந்தை சொன்னார்: "இந்தப் பெரிய சுவர் விழுந்தால் நாமெல்லாம் நசுங்கி உருத்தெரியாமல் போய்விடுவோம். ஆனால் பெருமாள் அருளால் அது விழாது."

கீழே என் தாய் என்ன ஆனாளோ என்ற திகில் வேறு, எங்களை ஆட்டி வைத்தது. அருகில் பேசினால் கூடக் காதில் விழாதபடி பேய்க் காற்று! கொல்லைப்புறச் சுவரும் இடிந்து விழுந்துவிட்டதாகத் தெரிந்தது. இரவெல்லாம் ஒரே பயங்கர நிலை.

விடியற்காலம் ஐந்து மணிக்கு மேல் எல்லா அமளியும் படிப்படியாகக் குறையத் தொடங்கிற்று. முற்றும் அமளி அடங்கிய பின் வீட்டைச் சுற்றிப் பார்த்தபோது கடிகாரம், படங்கள் முதலியன சுக்கல் சுக்கலாக நொறுங்கிக் கிடப்பதைக் கண்டோம்.

காலை ஆறு மணிக்குமேல் வெளியே வந்து பார்க்கிறோம் தெருவில் ஆறு போல் தண்ணீர் பெருக்கெடுத்து ஓடுகிறது! நாங்கள் இருந்த வீட்டிற்கு ஒரு பர்லாங் தூரத்தில் ஒரு பெரிய சாக்கடை. அது நிறைந்து வழிந்து தெருவில் ஓடுகிறது. எங்கே பார்த்தாலும் விழுந்த மரங்களின் கூட்டம். தென்னை, பூவரசு முதலிய மரங்கள் வேரோடு சாய்ந்திருந்தன. மின்சாரக் கம்பங்கள், கம்பிகள் எல்லாம் தாறுமாறாகக் கிடந்தன.

காலையில் நாங்கள் மாடியிலிருந்து கீழே வந்ததும் என் தாய், 'எல்லோரும் உயிரோடு இருக்கிறீர்களல்லவா?' என்று முதற்கேள்வி கேட்டாள்.

ஆறரை மணி சுமாருக்கு ஐயர், பாரதியார் இருவரும் வந்தார்கள். "எல்லாரும் க்ஷேமமாக இருக்கிறார்களா? வீடு சாமான்கள் போனால் போகட்டும்; உயிர் பிழைத்திருந்தால் போதும்" என்றார்கள். சற்று நேரம் பேசிக் கொண்டிருந்துவிட்டுப் புறப்பட்டார்கள்.

அப்போது ஐயர் என்னைக் கூப்பிட்டு, "யதுகிரி உங்களால் ஆனதைச் சரி செய்து கொண்டு சமையல் முதலியவற்றைக் கவனியுங்கள். வெளியில் ஏழைகளின் நிலைமை வெகு கஷ்டமாக இருக்கும். எங்களாலான உதவியைச் செய்து வருகிறோம். அம்மாவை எங்கும் ஸ்நானத்திற்குப் போக வேண்டாம் என்று சொல். வெளியில் பிணங்கள் மிதந்து வருகின்றன. அந்த அவாந்தர நிலை குறைந்த பிறகு குளத்தில் ஸ்நானம் செய்யலாம். நீங்களும் வெளியே வராதீர்கள். வீட்டிற்குள்ளேயே இருங்கள்" என்று சொல்லிவிட்டுச் சென்றார்.

நாங்கள் அவர் சொல்லியபடியே இருந்தோம். ஆனால் என் தாய் கேட்கவில்லை. கடலிலோ, குளத்திலோ குளித்து வரப் புறப்பட்டாள். வழியில் பார்ப்பவர்கள், "அம்மா இதுவே குளம் என்று முழுகிவிட்டு

வீடு திரும்புங்கள், தெருவில் நடக்க முடியாதபடி மரங்கள் குறுக்கே விழுந்து கிடக்கின்றன. குளத்தைத் தேடுவது கஷ்டம்" என்றார்கள். யார் என்ன சொல்லியுங் கேளாமல் என் தாய் குளத்தில் குளித்துவிட்டுப் பன்னிரண்டு மணிக்கு வீடு வந்து சேர்ந்தாள்.

சுதேசிகள் முதலில் தங்கள் கையில் இருந்த பணத்தைப் போட்டு நாகசாமி முதலிய நாலைந்து பேர்களைத் தண்டலுக்கு அனுப்பினார்கள். குடிசைகளில் சிக்கி மடிந்தவர்களை எடுத்துப் போட்டார்கள். அடிபட்டவர்களை, வீடு வாசல் எல்லாம் இழந்து தவிப்பவர்களை ஒருங்கு சேர்த்தார்கள். அடிபட்டவர்களுக்குச் சிகிச்சை செய்தார்கள். மடிந்தவர்களுக்குச் செய்ய வேண்டியதைச் செய்ய ஏற்பாடு பண்ணினார்கள். தண்டல் செய்து வந்தவர்களில் ஒருவரை ஈசுவரன் தர்மராஜா கோயிலில் கூழ் காய்ச்சும்படி ஏற்பாடு செய்தார்கள். இவர்களோடு புதுச்சேரியில் இருந்த பரோபகாரிகளும் சேர்ந்து கொண்டார்கள். சாய்ந்த தென்னை மரங்களின் மட்டைகளை ஓரிடத்தில் சேர்த்து ஓலையாக வேயும்படி செய்தார்கள். சிலரை மண் கலந்து சுவர் எழுப்பிக் குடிசை கட்டும்படி செய்தார்கள். குடிசைகள் கட்டி முடியும் வரை யாரும் சோம்பேறித்தனமாகக் காலங்கழிக்கும்படி விடாமல் கண்ணாய்க் காவலாய்க் காத்தார்கள். வேலைகளை ஆளுக்கு இவ்வளவு என்று பகுத்துக் கொடுத்துத் தாங்களும் அவர்களுடன் வேலை செய்தார்கள்.

இத்தனை சங்கடங்களிடையே பாரதியாரின் இயற்கை ரசனை குறையவில்லை. மறுநாள் வீட்டிற்கு வந்திருந்தபோது, பின்வரும் செய்தியைச் சொன்னார்:

பாரதி: இதோ பார் யதுகிரி, தலை நரைத்த கிழவி ஒருத்தி நான் தென்னம் ஓலை வேய்வதைக் கற்றுக் கொண்டிருந்தபோது என்னிடம் வந்தாள். "அப்பேன், என் வீடு விழுந்துவிட்டது. கரைந்தும் பெருகியும் போய்விட்டது. திக்கில்லை. கண்ணும் தெரிவதில்லை. என் பாகத்திற்கு நீயே கட்டிக்கொடு அப்பா. உனக்குப் புண்ணியம் வரும்" என்றாள். நான் "எது உன் வீடு அம்மா?" என்று கேட்டேன். அவள் சுவர், கூரை, கதவு ஒன்றுமே இல்லாத வாசல் சட்டம் ஒன்றைக் காட்டினாள். அதைப் பார்த்துவிட்டு நான் உரக்கச் சிரித்தேன். அதற்கு அவள், "காற்று மழைக்கு முன் என் வீட்டை நீ பார்த்திருந்தால் இப்படிச் சிரிக்கமாட்டாய். அதன் அழகைக் கண்டு மகிழ்ந்திருப்பாய். இன்று விழுந்தது. கொச்சிப்போய்விட்டது. சிரிக்கிறாய். இந்த உடலும் ஒரு நாள் அதே மாதிரித்தான் ஆகப்போகிறது. எல்லாம் யமனைப் போன்ற காற்றின் கோலம்!" என்றாள். எனக்கு இரக்கமாய்ப் போய்விட்டது. 'அவள் சொல்வதும் உண்மை. உயிர்போன பிறகு வெளிச்சம் எலும்புக்கூடுதானே?' என்பது சட்டென்று என் மனத்தில் உறுத்தியது. "ஆகட்டும் ஆயா. கட்டித் தருகிறேன்" என்றேன். எல்லோருமாகக் கட்டிக் கொடுத்தோம்.

பாரதியார் கூறிய மேற்குறித்த விஷயம் மறுநாள் 'சுதேசமித்திர'னில் பாரதியாரின் வியாசத்தில் பிரசுரமாகியது.

"சங்கராச்சாரியாரின் மாயை நீங்கினால் நிர்வாணம் என்பதற்கு அன்று பொருள் கண்டேன். காற்றில்லா விட்டாலும் வெறும் சட்டம், காற்று மிதமீறினாலும் வெறும் சட்டம்" என்பார் பாரதியார்.

அன்று பகலில், "குழாய், மின்சார விளக்கு எல்லாம் முன்போல் நேராக ஒரு மாதம் செல்லும். பொது ஜனங்கள், முக்கியமாகக் குழந்தைகள், பெண்கள் ஒரு வாரம் வரையில் தெருவில் நடமாடக்கூடாது. எல்லோரும் வேறு விளக்குகள் தயார் செய்து கொள்ள வேண்டும்" என்று தண்டோராப் போட்டார்கள்.

தென்னஞ் சோலையாகவும் பூவரசஞ் சாலையாகவும் காட்சி அளித்த ஊர் ஒரே மணல் பூமிபோல் ஆகிவிட்டது. முனிசிபாலிடியாருக்கு மரங்களை எடுத்துத் தெருவை முன் போல் சீர் செய்வதற்கே ஒருமாதம் சென்றது.

"பூவரசங் கிளைகளைச் சீராக நட்டுவிட்டால் நாலைந்து வருஷங்களில் முன்போல் சாலையாகிவிடும். அதைச் சொன்னால் முனிசிபாலிடி காதில் போட்டுக் கொள்வதில்லை. புதிதாக மரங்களை நடப் போகிறார்களாம்! என்ன பைத்தியம்!'' என்று கலவை சங்கரசெட்டியார் அங்கலாய்த்தார்.

குடிசை வேலை முடிந்த பிறகு ஏழை மக்கள் வெளி வேலைகளுக்குப் போகும்படி பரோபகாரிகள் ஏற்பாடு செய்தார்கள். காற்று மழையில் கள்ளுக்கடை, சாராயக்கடை எல்லாம் நிலமட்டமாயிருந்தன. குடியர்கள் குடிக்க வகையில்லாமல் சாதாரண ஜனங்களைப் போல் இருந்தார்கள்.

தர்மராஜா கோயிலில் சுமார் ஒரு மாதம் வரையில் ஏழைகளுக்கு வயிறார இரண்டு வேளை கூழ் வார்க்கப்பட்டது. சுதேசிகள் ஒருமாதம் வரை கூலிகளோடு கூலிகளாக உழைத்தார்கள்.

இதற்குப் பிறகுதான் எங்கள் வீட்டைச் சீர்திருத்த ஏற்பாடு நடந்தது. கொத்து வேலை செய்பவர்களுக்குக் கிராக்கி அதிகம். விழுந்த சுவர்களை எழுப்ப இரண்டு, மூன்று மாதம் சென்றது. எங்கள் வீடு ஒன்று மட்டும் அல்ல; புதுச்சேரி முழுவதுமே அப்படி இருந்தது. வனவாசம் என்பதை நமக்குக் காட்டுவதைப் போல் இருந்தது ஊரின் தோற்றம். ஆயினும் பாரதியாரின் சிரிப்பும் தமாஷும் குறையவில்லை. 'திக்குகள் எட்டும் சிதறி' என்று மழை பெய்வதைப் போல் அப்படியே அபிநயத்தோடு பாடிக் காண்பித்தார்.

அவசர வேலைகள் முடிந்த பிறகு முன்பு சுற்றி வந்த மடு, தோப்பு முதலிய இடங்களுக்குச் சுற்றி வரப் போனார் பாரதியார். ஒரு சின்னத் தோப்பு, நூறு மரங்களுக்குமேல் இல்லை. அங்கே சில மரங்கள் மட்டுமே விழுந்து பாக்கி எல்லாம் சீராக இருந்தன. அதைக் கண்டதும்

ஏழையின் தோப்பைக் காத்த பராசக்தியைப் பாட வேண்டும் என்று அவருக்குத் தோன்றியதாம். *'பிழைத்த தென்னந்தோப்பு'* என்ற தலைப்பில் ஒரு கவிதை செய்தார். "ஏழை என்றால் காற்றிற்குக் கூடக் கருணை என்பதற்கு இதைவிட உதாரணம் வேண்டுமா?" என்றார். மறுநாள் நாங்கள் எல்லோரும் அங்கே சென்று பார்த்தோம். பாரதியார் பாடிய பிறகு தென்னந்தோப்பு ஒரு கண்காட்சித் தோப்பாக ஆகிவிட்டது. ஊர் ஜனங்களெல்லாம் போய்ப் பார்த்து சந்தோஷம் அடைந்தனர்.

இதே நாளில் ஜப்பானில் ஒரு புதிய சட்டம் பிறப்பிக்கப்பட்டது. அந்த ராஜ்யத்தை ஒரே சமனாகப் பகுத்து எல்லா ஜப்பானியருக்கும் ஆளுக்கு இவ்வளவு என்று பிரித்துக் கொடுத்து விடுவது; இனி பிச்சைக்காரர்களும் சோம்பேறிகளும் தங்கள் தேசத்தில் இருக்கக் கூடாது என்று செய்தார்கள். இதைப் பார்த்த புதுவை சுதேசித் தலைவர்கள் நம் நாட்டில் ஒரு சின்னக் குடும்பம் பிழைக்க எவ்வளவு வேண்டும் என்று ஆராய்ந்தார்கள். அதைப் பாரதியார், *'காணி நிலம் வேண்டும்'* என்ற பாட்டில் பாடிக் காட்டியிருக்கிறார்.

"இருபது வயது தாண்டினால் தனிக் குடும்பம் செய்ய வேண்டும். பெற்றவர்கள் அதுவரையிலேதான் காப்பாற்றக் கடமைப்பட்டவர்கள். அதன் பிறகு அவரவர்களே கவனித்துக் கொள்ள வேண்டும். தாய் தந்தையர்களுக்குப் பாரமாக இருக்கக் கூடாது" என்பார் அவர்.

19
வேண்டுமடி விடுதலை

புயலினின்றும் காப்பாற்றிய பராசக்தியைச் செல்லம்மாவும் பாரதியாரும் விசேமாகப் பூஜித்தார்கள். எங்களையெல்லாம் பூஜைக்கு அழைத்திருந்தார்கள். நான், மீனா, அவள் மதனி, மீனாவின் தாய், சங்கர செட்டியார் மகள் பத்மாவதி, அவள் குழந்தை ராஜி, வாத்தியார் வீட்டு அம்மாள், பாக்கியலக்ஷ்மி அம்மாள் எல்லோரும் பாரதியார் வீட்டில் கூடினோம். பூஜையெல்லாம் முடித்தபின் பாரதியார் 'வந்தே மாதரம்' பாடிவிட்டுத் தாம் செய்த புதிய பாடலாகிய 'பெண்மை வாழ்கென்று' என்பதை இங்கிலீஷ் நோட் மெட்டில் பாடினார். பிறகு எங்களைப் பார்த்துத் தலைக்கு ஒரு பாட்டுப் பாடும்படி சொன்னார். மீனாவின் தாய் மறுத்தாள்.

பாரதி: நீங்கள் பெரியவர்கள், குழந்தைகள் பாடட்டும் அம்மா. இங்கு அந்நிய புருஷர்கள் யாரும் இல்லை. இருப்பவர்கள் எல்லோரும் உங்கள் அண்ணன் தம்பிகளே.

மீனாவின் தாய் தமது பெண், நாட்டுப்பெண் எல்லாரையும் பாடும்படி சொன்னாள். வெற்றிலை பாக்குப் பெற்றுக்கொண்டு வீட்டிற்குப் புறப்பட்டோம்.

மீ.தா: நீங்கள் இவ்வளவு சல்லிசானவர் என்பது எனக்குத் தெரியாது. நான் பழைய காலத்தவள். அந்தக் காலத்துப் புருஷர்கள், எதிரில் கேட்பதும் பின்னால் வம்பளப்பதும் வழக்கம். அதனால் சொன்னேன். தப்பாக எண்ண வேண்டாம்.

பாரதி: நாங்கள் அந்த மாதிரி நயவஞ்சகர்கள் அல்ல. அடிமைப்படுத்துவதையும் வம்பளப்பதையும் அறுத்துத் தள்ளுபவர்கள்.

மீ.தா: அது சரி... தங்கத்திற்குக் (தங்கம்மாளுக்கு) கல்யாணம் செய்வதில்லையா?

பாரதி: இப்பொழுது யோசனை இல்லை, பார்க்கலாம்.

மீ.தா: எங்கள் காலத்திலெல்லாம் எட்டு வயதிற்கே பறப்பார்கள். இப்போது பதினாறு ஆனாலும் கேட்பார் இல்லை. கூடிய சீக்கிரம் நல்ல வரனைப் பார்த்துக் கொடுத்து விடு. செல்லம்மா.

செல்: பணம் வேண்டாமா அம்மாமி? எங்கள் ஊர்ப் பக்கத்தில் வரதட்சிணைப்பேய் தலைவிரித்தாடுகிறது. நல்ல வரன் எங்கிருந்து கொண்டு வருவது?

மீ.தா: முக்கியம் வரன்; அது அகப்பட்டால் பணம் எப்படியாவது சரி செய்யலாம் தப்பாக நினைக்காதே செல்லம்மா. எனக்குத் தோன்றியதைச் சொன்னேன்.

செல்: தப்பில்லை அம்மாமி. இந்த வருஷம் காசியிலிருந்து என் அக்கா வருவாள். அவள் குழந்தை என் தங்கம்மா. அநேகமாகக் கல்யாணத்தை நடத்தி விட்டுத்தான் காசிக்குப் போவாள்.

செல்லம்மா சொல்லவும் முடியாமல் விழுங்கவும் முடியாமல் எதையோ மனத்தில் வைத்துக்கொண்டு கஷ்டப்படுவதாக எனக்குத் தோன்றியது. செல்லம்மா- பாரதியாரின் மாறுதலுக்குக் காரணம் என்னவென்று எனக்குத் தெரியவில்லை.

என் தாய் வெளியூர் சென்றிருந்தாள். குழந்தைக்கு எண்ணெய் தேய்த்துக் குளிப்பாட்ட எனக்குத் தெரியாது. மாலை நாலு மணிக்குச் செல்லம்மா வருவார். நான் வெந்நீர் முதலியன தயாராக வைத்திருப்பேன். அவர் குழந்தைக்கு எண்ணெய் தேய்த்துக் குளிப்பாட்டுவார். பின்பு நாங்கள் தலைவாரிக்கொண்டு கடற்கரைக்குப் போவோம். பாரதியாரும் வருவார். ஆனால் முன்னெல்லாம் போல் இருக்கமாட்டார்; மனமிருந்தால் எங்களோடு உட்கார்ந்து பேசுவார். திடீரென்று செல்லம்மாவுக்கும் அவருக்கும் மனஸ்தாபம் வந்துவிடும், எழுந்துபோய் மணற்பரப்பில் தூரத் தனிமையில் உட்கார்ந்திருப்பார். வீட்டுக்குப் போகும்போது எங்களுடன் சேர்ந்து கொள்வார்.

சிவன் கோயிலைச் சேர்ந்தவர்கள் சிவராத்திரி பஜனைக்கு ஒரு பாட்டுச் செய்து கொடுக்கும்படி கேட்டார்கள். பாரதியாரும் அதற்கு இசைந்து, 'முருகா! முருகா! முருகா!' என்ற பாட்டை இயற்றினார். "இருபது பேர் இதை ஒட்டாகப் பாடினால் உண்மையில் ஆவேசம் வந்துவிடும்" என்றார்.

இந்தக் காலத்தில் பாரதியார், திருவாய் மொழியில் நம்மாழ்வார் பாடியுள்ள,

'இவையும் அவையும் உவையும்
இவரும் அவரும் உவரும்
எவையும் யாவையும் தன்னுள்ளே
ஆகியும் ஆக்கியும் காக்கும்
அவையுள் தனிமுதல் எம்மான்
கண்ணபிரான் என்னமுதம்
சுவையன் திருவின் மணாளன்
என்னுடை சுழலுள்ளானே'

என்று தொடங்கும் பத்துப் பாட்டுகளையும், நம் தலை, மார்பு, உச்சி, தோள் இவைகளில் பரப்பி இருப்பதாக அபிநயித்துப் பாடுவார்.

இதன் பொருளை நான் அப்போது சரியாகத் தெரிந்து கொள்ளவில்லை. இவர் தன்னைத்தானே தெய்வம் என்று சொல்லிக் கொள்கிறாரே, தன்னுடைய கஷ்டங்களைப் போக்கிக் கொள்ள முடியாத தெய்வம் என்ன சக்தியில்லாத தெய்வம் என்று நினைப்பேன். இருப்பினும் அவரிடம் உள்ள பக்தி, அன்பு, அபிமானம் ஒன்றும் குறையவில்லை.

பாரதியார் முன்போல் இல்லை. அவர் போக்கு வேகமாய் மாறிக்கொண்டு வந்தது. யாரோ அவரைத் தப்பு வழிகளில் இழுக்கிறார்கள் என்று தோன்றிற்று. ஆனால் யாராலும் அவர் போக்கை மாற்ற முடியவில்லை. செல்லம்மாவின் வேண்டுகோள்களையும் தள்ளிவிட்டு அவர் முன்போகிறார் என்பது தெளிவாகத் தெரிந்தது. முன்னெல்லாம்போல எதையும் அவரிடம் வெளிப்படையாகக் கேட்க நான் குழந்தை அல்ல; ஒரு குழந்தையின் தாய்! அதனால் செல்லம்மாவோடு தாராளமாய்ப் பேசுவது போல அவரிடம் பேச முடியாது.

பாரதியார் எதைப் பார்த்தாலும் கண்கொட்டாமல் உற்றுப் பார்ப்பார். ஆனால் அவரது கண்ணில், பார்வையில் முன் இருந்த அழகு இல்லை. சூரியனைப் பார்த்துப் பார்த்துப் பார்வை விகாரமாக ஆகிவிட்டது என்பார் செல்லம்மா.

ஒருநாள் அவர் எங்கள் வீட்டிற்கு வந்திருந்தார். அப்போது, ‘வேண்டுமடி விடுதலை’ என்னும் பாட்டைக் கீர்த்தனையாகப் பாடினார்.

நான்: இதென்ன, கீர்த்தனையாகச் செய்திருக்கிறீர்?

பாரதி: தங்கம்மாவுக்கு என் பழைய மெட்டெல்லாம் நன்றாக இல்லை, கீர்த்தனையாகப் பாடிக் கொடு என்று கேட்டாள். அதனால் இப்படிச் செய்தேன் நன்றாக இருக்கிறதா?

நான்: நன்றாக இருக்கிறது.

பாரதி: யதுகிரி, நான் ஒரு புதிய வழி தேடிக் கொண்டிருக்கிறேன்.

நான்: அது என்ன வழி?

பாரதி: சாகாமல் இருக்க வேண்டும். அதைக் கண்டு பிடிக்கப் போகிறேன்.

நான்: எல்லா அதிசயமும் செய்யலாம்; ஆனால் சாகாமல் இருக்க முடியாது என்று எல்லோரும் சொல்கிறார்கள். நீர் அதைக் கண்டுபிடித்தால் மிகவும் அதிசயமே!

பாரதி: நான் பிரயத்தனப்படுகிறேன். அது கட்டாயமாக் எட்டும் என்று தோன்றுகிறது.

அப்போது என் தகப்பனார் அங்கே வந்தார். அவர், “குருவியின் தலையிலே பனம்பழத்தைக் கட்டுவது போல் அவளுக்கு வேதாந்த

விசாரம் எதற்கு, பாரதி? பெரியவளாக ஆகும்போது தன்னாலே தெரிந்து கொள்கிறாள், இப்பொழுது அந்த வீண் விசாரமெல்லாம் வேண்டாம்" என்றார்.

பாரதியார் மறுமொழியே பேசவில்லை. பேசாமல் எழுந்து போய்விட்டார். அவர் கொடுத்து விட்டுப் போன குறிப்பை வைத்துக் கொண்டு அதில் இருந்த பாட்டைத் திருப்பித் திருப்பிப் பாடிக் கொண்டிருந்தேன் நான்.

20

நீரோட்டம்

அதிகாலையில் கடற்கரை சென்று தினசரி ஒருமணி நேரம் நடந்தால் என் தேகம் ஆரோக்கியம் பெறும் என்று டாக்டர் அம்பு சொன்னார். அதன்படி நடந்து வந்தேன். குழந்தையை என் தாயிடம் விட்டு விட்டுக் கடற்ரைக்குச் செல்வேன். எனக்குத் துணையாக என் தகப்பனாரும் தங்கையும் வருவார்கள். சுமார் ஒரு மாத காலமாக இந்தப் பயிற்சி நடைபெற்று வந்தது.

ஒருநாள் கடற்கரையில் அதிகாலையில் நாங்கள் உலவிக் கொண்டிருந்தபோது எங்கிருந்தோ பாட்டுச் சத்தம் கேட்டது. உதய ராகத்திலே உள்ளத்தை உருக்கும்படி மதுரமாக இருந்தது அந்தப் பாட்டு. சிறிது உற்றுக் கேட்டதில் அது திருவாய் மொழிப்பாட்டு என்பது புலனாயிற்று. மேலும் உற்றுக் கேட்டதில் குரல் கணீரென்று காதில் விழுந்தது. அடிக்கடி கேட்டுப் பழகிய பாரதியாரின் குரல் போல் இருந்தது. சந்தேகத்தைத் தெளிவித்துக் கொள்ளத் தந்தையைக் கேட்டேன்.

நான்: ஐயா, பாரதியாரின் குரல் போல் இருக்கிறதே

ஸ்ரீ. ஸ்ரீ: வா அம்மா, பார்க்கலாம்.

மூவரும் பாட்டின் ஓசை வந்த திக்கை நோக்கிச் சென்றோம். அங்கே ஒரு கட்டு மரத்தின்மேல் பாரதியார் அமர்ந்திருந்தார். கறுப்புச் சொக்காய். கச்சை போட்ட வேஷ்டி. கூப்பிய கரங்கள். கடலில் உதயமாகும் பால சூரியனை நோக்கியபடி பாடிக் கொண்டிருந்தார் அவர். வெளிச்சம் நன்றாகப் பரவவில்லை; மங்கலாக இருந்தது. கம்பீரமான பாட்டு. உள்ளத்தைக் கவரும் ராகம். பாட்டின் உன்னதமான பொருள் எல்லாம் சேர்ந்து உண்மையில் தெய்வத்தை எதிரில் காண்பதுபோல் மயிர்கூச்செரியச் செய்தன. உள்ளம் குளிர்ந்தது.

ஸ்ரீ.ஸ்ரீ: பாரதி, இங்கே என்ன செய்கிறீர்?

பாரதி: யார்? அண்ணாவா! இவ்வளவு அதிகாலையில் எங்கே குழந்தைகளுடன்?

ஸ்ரீ.ஸ்ரீ: வைத்தியர் யதுகிரிக்குக் கடற்கரையில் காலை ஒரு மணி நேரம் நடந்தால் நல்லது என்று சொன்னார். சில நாட்களாக ஐந்து மணியிலிருந்து ஆறு மணி வரையில் இங்கே நடக்கிறோம். யதுகிரி பாரதியார் பாடுவதுபோல் இருக்கிறது

என்றாள். இங்கே வந்து பார்த்தால் சாட்சாத் நீரே உட்கார்ந்து பாடிக் கொண்டிருக்கிறீர்.

பாரதி: இரவு இங்கு வந்தேன். கற்பனா உலகத்தில் பறந்து கொண்டிருந்தேன். எழுந்து பார்த்தால் கடற்கரை. குளிர்ந்த வேளை. திருவாய்மொழிப்பாட்டின் பரவசத்தில் இருந்தேன். நீர் அழைத்தீர்.

ஸ்ரீஸ்ரீ(சலிப்புடன்) : வீட்டில் அவர்கள் எவ்வளவு கவலைப்படுவார்கள்? நல்ல கற்பனா உலகம்! நீர் இப்படிச் செய்வது சரியா?

பாரதி (தலை கவிழ்ந்து): வெயிலின் கொடுமை தாளவில்லை. கடற்கரை கற்பனா உலகம் எல்லாவற்றிற்கும் அனுகூலமாக இருந்தது. செல்லம்மா உங்கள் வீட்டில் வந்து கேட்டாளா? நான் என்ன குழந்தையா?

உடன் பிறந்த சகோதரனை அன்புடனும் ஆதரவுடனும் தழுவுவதைப் போல என் தகப்பனார் அவருடைய இரு கரங்களையும் பிடித்துக் கட்டுமரத்தை விட்டு இறக்கினார். எங்களை, "நீங்கள் நிதானமாகப் போய்க் கொண்டிருங்கள்; நாங்கள் பின்னாலேயே வருகிறோம்" என்றார். பாரதியாரோடு ஆங்கிலத்தில் பேசினார். அவர் பதிலே பேசவில்லை. ஆனால் அவர் கண்களில் தாரை தாரையாக நீர் பெருகியது. அந்தக் காட்சி என் கண்களை விட்டு இன்றும் அகலவில்லை.

எல்லோரும் பாரதியார் வீட்டுக்குச் சென்றோம். செல்லம்மா தெரு வாயிற்படியில் நின்றிருந்தார். தங்கம்மாவும் சகுந்தலாவும் தூங்கிக் கொண்டிருந்தார்கள். செல்லம்மா, பாரதியாரை "எங்கே சென்றிருந்தீர்கள்?'' என்று கேட்கவில்லை. என் தந்தையைக் கண்டவுடன் தலை கவிழ்ந்து உள்ளே சென்றார். நாங்கள் தங்கம்மாவையும், சகுந்தலாவையும் எழுப்பிவிட்டு வீட்டுக்குப் போய்ச் சேர்ந்தோம். என் தங்கை என் தகப்பனாரைக் கேள்வி கேட்டாள்.

ரங்கநாயகி: ஐயா, பாரதியாரின் கண்களில் ஏன் அவ்வளவு ஜலம் வந்தது? அழுதாரா? என்னத்துக்கு?

ஸ்ரீ.ஸ்ரீ: கண்ணில் சமுத்திர மணல் விழுந்திருக்கும்.

நான்: ஐயா, பாரதியார் இரவெல்லாம் வீட்டுக்கு வராமல் இருந்தும் செல்லம்மாள் ஒன்றும் கேட்கவில்லையே!

ஸ்ரீ. ஸ்ரீ: இது முதல் தடவையாக இருக்காது. இப்படி எவ்வளவு நாளாய் இரவில் சமுத்திரக்கரை, தோப்பு, மடு என்று சுற்றுகிறாரோ! யாருக்குத் தெரியும்?

நான்: ஐயா, அவர் ஏன் முன் போல் இல்லை? நான் ஊரிலிருந்து வந்தது முதல் பார்க்கிறேன்; அவர்கள் வீட்டில் ஒருமாதிரி குழப்பமாக இருக்கிறதே?

ஸ்ரீ.ஸ்ரீ: செல்லம்மாளையோ, பாரதியையோ ஒன்றும் கேட்டு வைக்காதே! மனக் கஷ்டப்படுவார்கள்!

அன்று மாலை ஐயர் வந்தார். தினசரி வழக்கம்போல் கடற்கரைக்குச் சென்றோம். காலையில் நடந்ததை நான் ஐயரிடம் சொன்னேன்.

ஐயர்: ஐயா கூப்பிட்ட உடன் தெரிந்து கொண்டாரா?

நான்: தெரிந்து கொண்டார்; ஆச்சரியப்பட்டார். நாங்கள் தினமும் காலையில் கடற்கரையில் நடப்பதைச் சொன்ன பிறகு ஒரு நிலைக்கு வந்தார். அவர் ஏன் அந்நிலையில் இருக்கிறார் என்பது எனக்குத் தெரியவில்லை. ஐயாவும் சரியாகச் சொல்லவில்லை. செல்லம்மாவும் துக்கம் தொண்டையை அடைக்க என்னவோ போல் காணப்படுகிறார். எல்லாம் புதிர் போல் இருக்கிறது. நீராவது சொல்லும் ஐயரே.

ஐயர்: அவருக்கு ஏதாவது புதிய வழி என்று தோன்றிவிட்டால் அதைச் செய்யலாமா, கூடாதா என்று கூட யோசிப்பதில்லை. நானும் அவருக்கு வேண்டிய அளவு சொல்லிப் பார்த்தேன். அவர்பாட்டுக்குக் கண்ணை மூடிக் கொண்டு முன்னுக்குப் போய்க் கொண்டிருக்கிறார். இது இன்னும் எவ்வளவு தூரம் அபாயத்தில் கொண்டுவிடுமோ தெரியவில்லை. இப்போதைக்கு அவர்கள் வீட்டுக் குழப்பம் தீராது என்று தோன்றுகிறது. வீட்டு எஜமானி, குழந்தைகளையோ மற்றவர்களையோ ஒரு வழியாகச் சமாளித்துக் கொண்டு போகலாம். ஆனால் நம் தேசத்தில் கணவனை அடக்கி ஆள்வது முடியாது. குடும்பத் தலைவன் தருமமாகவும் நியாயமாகவும் நடந்து கொண்டால் குழப்பம் இராது. அவன் செய்யும் பிசகினால் வீடு கலகலப்பற்று அழுகையும், முணுமுணுப்பும், குமுறலுமாகி பெரிய சிறைச்சாலையாகத் தெரியும். எஜமானிக்குக் குழந்தைகளை விடவும் முடியாது. கணவனைத் தள்ளவும் முடியாது.

இந்தத் தர்மசங்கட நிலை பெருகி, வீட்டுத் தொல்லைகளை மறக்க ஏதாவது ஒரு வழி தேடுகிறான் குடும்பத் தலைவன். தன் நிலை என்ன, பெருந்தன்மை என்ன, ஒன்றையும் கவனிக்காமல் அந்த நிமிஷ நிலையில் கற்பனா உலகத்தில் சந்தோஷமாக இருக்க லாகிரி வஸ்துக்களைப் பழக்கிக் கொள்கிறான். லாகிரி வஸ்துக்களை உட்கொண்டால் தொல்லைகள் மறந்து ஆகாயக் கோட்டை கட்டலாம். வேகம் குறையக் குறைய உடலின் வலிவு குறைந்து பிழிந்து எறிந்த பழச்சக்கை போல் ஆகிவிடுகிறது. படிக்காத முட்டாளைக் கள்ளுக்கடைக்குப் போவதைத் தடுத்தால், 'என் பணத்தில் நான் குடித்தால் நீ யாரடா கேட்பது?' என்பான். ஆயினும் முட்டாள்களை முரட்டுச்சக்தியை உபயோகித்துச் சில நாழிகை வரையில் தடுத்து வைக்கலாம். ஆனால் வலுவில்லாத படித்த மனிதர்களை ஒரு நிமிஷ நேரங்கூடத் தடுத்து வைக்க முடியாது. தடுக்க முயல்பவன்தான் அசடன். வருந்துவதைத் தவிர செய்வதற்கு ஒன்றும் இல்லை. நம் உபதேசங்கள் யாவும் செவிடன் காதில் சங்கு ஊதுவது போல் ஆகும்.

நான்: அவர் பாடிய உதய ராகம் மிகவும் நன்றாக இருந்தது.

ஐயர்: அவர் தொண்டை வெண்கலத் தொனி. காலை வேளை. பட்சிகளின் கலகலப்பு, கடலின் சலசலப்பு, அவரும் கம்பீரமாகப் பாடியிருப்பார். அந்த நிலை எப்படி இருக்கும் என்று நீ சொல்லுகிறபோதே ஊகிக்கிறேன். எல்லாம் சரிதான்; சாமியார், பண்டாரம் முதலிய சிலரின் கூட்டுறவு அவரை வேறு வழியில் இழுத்துச் செல்லுகிறது. மனத்தை ஆள்பவன்தான் திடமான மனிதன். மனக்குரங்கு எந்த நிமிஷம் எப்படிக் கட்டளை இடுகிறதோ அந்த வழியில் செல்வதென்பது அப்படிச் செல்பவர்களுக்கும் நல்லதல்ல; அவர்களின் சுற்றத்தாருக்கும் சுகமில்லை. சிலர் வாழ்வு இப்படி ஆகிவிடுகிறது.

இப்படிச் சொல்லிவிட்டு ஐயர் பெருமூச்செறிந்தார். எனக்கு ஒன்றும் புரியவில்லை? எல்லாம் ஒரே குழப்பமாக இருந்தது.

21
சாகாவரம்

பிங்கள வருஷத்தில் அடுத்தடுத்து அநேக சம்பவங்கள் நிகழ்ந்தன. யாவும் மனத்திற்குக் கஷ்டத்தை அளிக்கத் தக்கவையே.

புதுச்சேரியில் எனக்குத் தம்பி பிறந்திருப்பதாகக் கடிதம் வந்தது. உதவிக்கு மனிதர் இல்லை என்றும் என்னை வரும்படியும் எழுதியிருந்தார் என் தகப்பனார். புறப்பட்டேன். வழியில் பங்களூரில் என் மாமா வீட்டில் இறங்கினேன். எதிர்பாராதவிதமாக என் குழந்தை நோய்வாய்ப்பட்டு இறந்து போயிற்று.

துக்கத்தைச் சுமந்து கொண்டு புதுவை சென்றால் அங்கே ஒரு துயரச் செய்தி காத்திருந்தது. மீனா பிரசவித்த குழந்தை இறந்துவிட்டது. அவளும் நோயில் உழன்று கொண்டிருக்கிறாள். அவள் என்னைப் பார்க்க வேண்டும் என்றாளாம். செல்லம்மா வந்து என்னை மீனாவின் வீட்டிற்கு அழைத்துச் சென்றார். மீனாவின் நிலை மிகப் பரிதாபமாக இருந்தது. என்னைக் கண்டதும் வெறிபிடித்தவள் போல், "யதுகிரி! என் குழந்தையைக் கொண்டு வாடி!' என்று கூவினாள். சற்று ஆசுவாசம் அடைந்தபின் அவள் நோயின் கொடுமை, ஊரிலிருந்து வரும்போது நடந்த விஷயங்கள், குழந்தையைப் பறி கொடுத்தது ஆகியவற்றையெல்லாம் பெரியகதை போல் சொல்லிப் புலம்பினாள். நான் என்னை அடக்கிக்கொண்டு சமாதானம் சொன்னேன். "மீனா பயமே விஷம், தைரியமே அமிர்தம்' என்று பாரதியார் சொல்வதில்லையா? மனங்கலங்கலாமா?" என்றெல்லாம் பல பல சொல்லி அவளைத் தேற்ற முயன்றேன். அவள் அடங்கவே இல்லை. வாய் ஓயாது 'குழந்தை, குழந்தை' என்று வீறிட்டாள். அடிக்கடி மூர்ச்சையும் ஏற்பட்டது. ஜன்னிக் கோளாறு இருக்குமோ என்று எல்லோரும் பயந்தோம்.

மீனாவை விட்டுப் பிரிந்து வருவது மிகக் கஷ்டமாகத்தான் இருந்தது. மனத்தைக் கல்லாக்கிக் கொண்டு நானும் செல்லம்மாவும் வெளியே வந்தோம். நேரே செல்லம்மாவின் வீட்டிற்குச் சென்றோம். மீனாவின் எதிரே கஷ்டப்பட்டு அடக்கிக் கொண்டிருந்த துக்கமெல்லாம் பாரதியார் வீட்டை அடைந்ததும் மூண்டு எழுந்தது. சாவின் நிழலில் அவளை விட்டு வந்திருப்பது எங்கள் உள்ளங்களைப் பிளந்தது. இருவரும் அழுது புலம்பி வருத்தப்பட்டோம். பாரதியார் கண்ணிலும் நீர் தளும்பிற்று.

அன்று அவர் பதினைந்து நாள் மௌன விரதம் ஆரம்பித்திருந்தார். சிறிது நேரத்திற்குப் பின்னர் மாடியிலிருந்து அவர் எங்களை அழைத்தார். நாங்கள் போனோம். 'குழந்தை இல்லாமல் உன்னைப் பார்ப்பது எங்களுடைய பாவம்' என்று ஒரு சீட்டில் எழுதி என்னிடம் காட்டினார்.

நான் அவரை உற்றுப் பார்த்தேன். வெறும் எலும்புக்கூடு. சிவப்பான கண்கள்! துர்ப்பலமான உடம்பு! பார்க்க சகிக்கவில்லை.

என் மனத்தில் இருப்பதை அறிந்து கொண்டவர் போல "நான் புதிய வழியில் யோகசாதனம் செய்கிறேன்; அதனால் உடம்பு இளைத்திருக்கிறது" என்று அறிவித்தார்.

'பாஞ்சாலி சபதம்' துகிலுரியும் சருக்கத்தை அன்று முடித்திருந்தார். அதைப் பாடிக் காட்டினார். மௌன நாட்களில் பேசத்தான் மாட்டார்; கவிதைகளைப் பாடுவார்.

செல்லம்மா அப்போது வருத்தத்துடன் சொன்னார். "யதுகிரி, இதுவரை விதியின் விளையாட்டைப் பார்த்தாகிவிட்டது. இனி இந்தச் செய்கையின் விளையாட்டைக் கேள். தெய்வம் பாதி கெடுத்தால் மனிதர் பூராவும் கெடுத்துக் கொள்ள வேண்டுமா? இவர், 'எள்ளத்தனைப் பொழுதும் பயனின்றி இராதென் நாவினிலே, என்று பாடிவிட்டு இப்படி ஊமையைப் போல் அபிநயிப்பதைக் கண்டு என் நெஞ்சு வெடித்து விடும் போல் இருக்கிறதே! இந்தக் கஷ்டம் என் பகைக்கும் வேண்டாம். என்ன வழியோ! என்ன விதியோ இந்தக் கோலம் சகிக்க முடியவில்லையம்மா!"

பாரதியார், 'நான் மந்திரச்சொல்லைக் கண்டுபிடிக்கப் பேசாமல் இருந்தால் செல்லம்மா கலாட்டா செய்கிறாள்' என்று எழுதிக் காட்டினார்.

நான்: செல்லம்மா, மீனா பிழைப்பாளா?

செல்: இன்னும் இரண்டு நாள் இருந்தால் அதிகம்.

நான்: ஹூம்! பாரதியார் சாகாமல் இருக்க வழி கண்டுபிடிக்கப் போவதாக முன்பு ஒருநாள் சொன்னார். அன்று ஐயா குறுக்கிட்டு அந்தப் பேச்சைத் தடை செய்து விட்டார். பங்களூரில் என் குழந்தை இறந்து போனபோது கூடப் பாரதியார் சொன்னதைத்தான்! நினைத்துக் கொண்டேன். மரணம் பயங்கரமானது. மீனாவை இவர் சாகாமல் காப்பாற்ற மாட்டாரா?

பாரதியார் ஏதோ எழுத முயன்றார். அதைக் கண்ட செல்லம்மா சட்டென்று எழுந்தார். என் கையைப் பற்றி அழைத்துக் கொண்டு கீழே வந்தார். "யதுகிரி, அவரிடம் அந்தப் பேச்சை எடுக்காதே, நேரமாகிறது. வீட்டுக்குப் போய்விட்டு வா'' என்று விடை கொடுத்தார்.

பாரதியார் வாயால் பெண்கள் சுதந்திரம் பாடினாரே ஒழியச் செல்லம்மாவைத் தம் நோக்கத்தின்படியேதான் நடக்கும்படி செய்தார். செல்லம்மா தமதிஷ்டப்படி நடப்பது வெகு அபூர்வமே.

செல்லம்மா எவ்வளவு முறையிட்டும் பாரதியார் மௌன விரதத்தை மாதக்கணக்கில் அனுஷ்டித்தார். ஒரு தரம் நாற்பது நாள் விரதம் இருந்து கவிதைகள் செய்தார். அதுதான் 'பாரதி அறுபத்தாறு' என்ற பெயரில் இப்போது உலவுகிறது. இன்று அதைப் படித்தால் அன்று அவர் அதைச் செய்ய எவ்வளவு தவம் செய்திருக்க வேண்டும் என்பது விளங்குகிறது.

சில தினங்களுக்குப் பிறகு சிவகாமியம்மாள், சுப்பிரமணியசிவா இவர்கள் தாயின் கொடியைத் தாங்கிக் கொண்டு புதுச்சேரிக்கு வந்து சேர்ந்தார்கள். நேராக பாரதியார் வீட்டில் வந்து இறங்கியதால் அவர் மௌன விரதத்தைக் கைவிட்டுப் பேச வேண்டி வந்தது. அவர்கள் ரிஷி அரவிந்தர் வீடு, ஐயர் வீடு எல்லா இடங்களுக்கும் போய்விட்டு எங்கள் வீட்டிற்கு வந்தார்களாம். மணி பன்னிரண்டு ஆகிவிட்டதால் வெளியே நின்று பேசிவிட்டுப் போனதாக ஐயா சொன்னார்.

22

இந்தத் தெய்வம்

ஒருநாள் பாரதியார் வீட்டுக்குப் போனபோது செல்லம்மா பாரதியாரோடு என்னவோ விவாதம் செய்து கொண்டிருந்தார். என்னைக் கண்டதும், "பார், யதுகிரி! இவர் பிராம்மணராம்; கல்யாணம் பண்ணாமல் பெண்ணை உட்கார வைத்திருக்கிறார். இந்த ஓர் அவமானம் போதாதா? தன் பாட்டுக்குத் தான் இராமல் ஊரெல்லாம் போய் வீட்டு விஷயங்களையெல்லாம் பறைசாற்றியிருக்கிறார். நமக்காக இல்லாவிட்டாலும் ஊராருக்குப் பயப்பட வேண்டாமா? நான் எப்படி ஊர்ஜனங்கள் முகத்திலே விழிப்பது? நாளைக்கு அப்பா, அம்மா என்னை என்ன சொல்லுவார்கள்" என்று வருத்தத்தோடு கூறினார்.

பாரதி: யதுகிரி, நல்ல சுவாரஸ்யமான சமயத்தில் வந்தாய் வா. அம்மா, உட்கார். செல்லம்மா இப்படி இரைகிறாளே, எந்த உலகம் முழுகிவிட்டது? நான் பிராம்மணனே இல்லை. பூணூல் இல்லை. சந்தியா வந்தனம் இல்லை. சிராத்தம் செய்வதில்லை. நான் சூத்திரன். வீட்டு எஜமானன் சூத்திரன்; எஜமானி பிராம்மணத்தி! எங்காவது உண்டா? என்னைப் போல் நீ. இதற்கு என்ன வந்தது?

செல்: நீங்கள் ஆசாரமாக இல்லாவிட்டால் நாங்கள் ஆசாரமாக இருக்கக் கூடாதா?

பாரதி: என்ன செல்லம்மா. நீ தினம் ஔபாஸனம் செய்கிறாயா? அக்கினி ஹோத்திரம் செய்கிறாயா? எவ்வளவு அநாதைகளுக்குச் சோறு போடுகிறாய்? ஜபம் தவம் எல்லாம் கிரமமாக நடத்துகிறாயா? தேவதைகள் நேராக வந்து ஹவிர்ப்பாகங்களைப் பெற்றுக் கொள்கிறார்களா? ஆசாரம் பெயருக்கு! ஆசாரம் போய் நூறு வருஷம் ஆகிவிட்டது. வழக்கம் இருக்கிறது. இன்னும் இருபது வருஷத்தில் அதுவும் மாண்டு விடும்!

செல்: நீங்கள் செய்ய வேண்டியதை எனக்குச் சொல்லி வேடிக்கை செய்கிறீர்கள். நான் உங்களைச் செய்யவொட்டாமல் தடுத்தேனா?

"வந்தாயா வழிக்கு! குறுக்கே பேசாமல் அமைதியாகக் கேள். விஷயந் தெரிந்தால் கோபம் கொஞ்சம் குறையும்'' என்று பாரதியார் சொல்லலானார்:

"முன்பு, வேதகாலத்தில் கனியும் கிழங்கும் புசித்து வந்தார்கள். பெண்களுக்கு வேலை அதிகம் இல்லை. கூட்டுவது, மெழுகுவது, தண்ணீர் கொண்டு வருவது இந்த வேலைதான். தேவதைகள் நேராக

ஹவிர்ப்பாகம் எடுப்பதால் தீட்டுப்படும் என்று வீட்டிற்கு வெளியானவர்களைத் தனிப் பர்ணசாலையில் ஒதுங்கி இருக்கும்படி ஏற்பாடு செய்திருந்தார்கள். தீட்டான சமயங்களில் அவர்கள் உங்களைப் போல் குளிக்காமல் புழுங்கமாட்டார்கள். புருஷர்கள் இல்லாதபோது குளத்தில் இறங்கி குளித்துத் தங்கள் துணிகளைத் துவைத்து உலர்த்தி எடுத்துக்கொண்டு தங்கள் பர்ணசாலையை அடைவார்கள். அறியாத குழந்தைகள் அவர்களிடம் இருக்கும். முக்கியமாக ஓய்வு இருக்க வேணும். மற்ற நாட்களைப் போல் எல்லா விஷயங்களுக்கும் அருகதை அற்றவர்கள் கணவனுடைய அருகில் இருந்தால் நல்லதல்ல என்று, அவர்கள் கண் மறைவாக இருக்க வேணும் என்று செய்தார்கள். அந்த நாட்களில் கூட முக்கியமான தர்க்கங்கள் நடக்க வேண்டி வந்தால் நடுவில் திரையிட்டுத் தர்க்கிப்பார்களாம்.

“பிற்காலத்தில் நாகரிகம் வந்த பிறகு, பார்ப்பாரப் பெண்கள் தங்கள் வீடுகளில் நெல் குத்துவது முதல் அன்னம் வடித்துப் பரிமாறும்வரை தாங்களே செய்து கொள்ள வேண்டி வந்தது. மற்றைய வகுப்பார் செய்தால் தீட்டு என்றும் வைத்திருந்தார்கள். குத்துவது, யந்திரத்தில் அரைப்பது, பண்படுத்துவது முதலிய கஷ்டவேலைகளை வீட்டுக்கு விலக்கான நாட்களில் செய்தால் அபாயம். அதற்காகப் பார்ப்பனப் பெண்களானாலும் அவர்களை விலக்கி வீட்டுக்கு வெளியில் வைத்தார்கள்.

“ஆனால் இன்னும் பிற்காலத்திலோ பட்டணங்களில் குளிக்க வசதியில்லாததால் மூன்று நாளும் ஒரு சிற்றறையில் இருக்கச் செய்து புழுங்க வைத்தார்கள். அநேகமாக உதவிக்கு ஜனக்கட்டு இருக்கும். அப்படித் திக்கில்லாவிட்டால் புருஷர்களே எல்லாம் செய்து சமைத்துப் போடுவார்கள். இப்பொழுது போல் ஓட்டலில் போய்ச் சாப்பிடமாட்டார்கள். இப்பொழுதோ எல்லாம் போய்விட்டது. எல்லா வேலைகளையும் சூத்திரன் செய்து வைக்கிறான். (கிரய சுத்தி) விலை சுத்தி என்று புதிய சாஸ்திரங்கள் செய்கிறார்கள். பெண்கள் கஷ்டவேலை ஒன்றும் செய்வதில்லை கடையிலிருந்து கொணர்ந்ததை அப்படியே உலையிலே வைக்கிறார்கள். ஜனக்கட்டும் இல்லை. வீட்டில் எஜமானி வெளியானால், ஓட்டலில் செய்யும் வேலைக்காரியின் சோறு ஆசாரம்! ஆனால் அதே வேலைக்காரி வீட்டில் சமையற்கட்டுக்கு வரக்கூடாது! ஓட்டல் பண்டங்களில் இன்னும் பற்பல தீட்டுக்கள் சேர்கின்றன. ஓட்டலில் கண் விழாமல் விபூதி போட்டபின் கொணர்ந்து வைப்பது இவர்கள் மனசுக்குச் சமாதானம்!

“பார்ப்பாரப் பெண்கள் மற்ற வகுப்புப் பெண்களை விடச் சீக்கிரம் முதிர்ச்சி அடைந்து விடுகிறார்கள். முன்பு ஏழு வயதில் கல்யாணம் செய்தாலும் பதினாறு, பதினெட்டு வயது வரையில் பெரியவர்கள் ஆகமாட்டார்கள். பிள்ளைக்கும் பெண்ணுக்கும் அதிக வயது

வித்தியாசம் இருக்காது. இப்பொழுது அப்படி இல்லை. பெண்களுக்கு மட்டும் கட்டு! கட்டு என்றால் இரண்டு பேருக்கும் இருக்க வேண்டும். பிள்ளைகள் படித்து ஒரு நிலைக்கு வரச் சுமார் இருபது இருபத்தைந்து வயது வேண்டும். அவர்களுக்குச்சரியான ஜோடி பதினெட்டு, இருபது வயதுப் பெண்கள்தான்.

நாம் இருப்பதோ இங்கிலீஷ் ராஜ்யம். அங்கு செய்வதோ அடிமை வேலை. அங்கே உழைத்து விட்டு வீட்டுக்கு வந்தால் சோற்றின்மேல் கவனம் போகுமே தவிர ஜப, தப ஹோமங்களில் செல்வதில்லை. எல்லாம் வெறும் வேஷமே. எனக்கு இந்தப் பகட்டு வேஷம் பிடிக்காது. என் தங்கம் பெரியவள் ஆனாள் என்று பறைசாற்றினேன். அவளுக்குத் தகுந்த கணவனைப் பார்த்துக் கல்யாணம் செய்விக்கிறேன்.

தங்கத்தை உங்களைப் போல் சிறை போடவில்லை. ராஜாத்தி போல் ஓய்வு எடுத்துக் கொள்ளட்டும். உனக்கு இஷ்டம் இல்லாவிட்டால் சமையற்கட்டிற்கு வர வேண்டாம்; பூஜை மாடத்திற்கும் வர வேண்டாம்.

“எப்பொழுதும் ஓடும் ஜலத்தில் குளிப்பது நல்லது. இங்கேயோ குழாய்த் தண்ணீரே ஓடும் அருவி. வழக்கமாக ஸ்நானம் செய்வதுபோல் அம்மூன்று நாட்களிலும் செய்யட்டும். ஒரு சிறிய அறையில் அடைந்து மூன்று நாள் புழுங்குவது முட்டாள்தனம். வெந்நீரை வேறு தொட்டியில் கொட்டி கொடு. சுத்தமாகக் குளித்துப் புதிய உடை தரித்துச் சுகமாக இருப்பதே சரி. முக்கியமாகக் கவனிக்க வேண்டியது. இச்சமயம் ரொம்ப தூரம் நடக்கக்கூடாது. பாரமான சாமான் எடுக்கக்கூடாது அதனால் அபாயமாகலாம். இதுவே முக்கியம். ஆனால் உங்கள் செயல்கள் எல்லாம் முக்கியமான விஷயத்தை விட்டுப் பாம்பு உரித்த தோலைக் கண்டு, பாம்பு பாம்பு என்று பயப்படுவதைப் போல் இருக்கின்றன. வழக்கம் பெரிதாகி விட்டதே தவிர பொருள் இல்லை.”

செல்: நேற்று ஷவரம் செய்துகொண்டு எல்லாம் ஒன்று செய்தீர்கள்! ஒன்றா இரண்டா தீட்டு?

பாரதி: பைத்தியமே! முன்பெல்லாம் அம்பட்டன் பிணம் அறுப்பான். வைத்தியம் கற்றுக்கொள்ள அது முதல் படிப்பு. இப்பொழுது அவன் பிணத்தைத் தொடுவதே இல்லை. செல்லம்மா! நல்ல உயர் குலத்துப் பார்ப்பாரப் பையன் பிணம் அறுக்கிறான். டாக்டர் படிப்பில் அதுதான் முதல் பாடம். விழுப்பு, வேலை செய்கிறவனைத் தடுக்கிறதில்லை. வேலை செய்யாதவர்கள் தள்ளி நிற்கிறார்கள். இதுவே புத்தியில்லாத்தனம். கோமுட்டி, முதலிகள், நாயுடுக்கள், இவர்கள் கல்யாணம் காலத்துக்குச் சரியாக மாறிவிட்டது. இந்தப் பார்ப்பாரக் கல்யாணந்தான் இருட்டில் புழுங்குகிறது. இந்த மூடவழக்கத்தை உதறித் தள்ளினால் அன்று முக்கால் நாகரிகம் நம் தேசத்திற்கு வந்தது என்று சொல்லலாம்.

செல்: ஆனால் குளத்தில் குளிப்பது தப்பா? அதுவும் மூட வழக்கமா?

பாரதி: இல்லை. நல்ல குளங்களில் அமுங்கிக் குளிப்பது நல்லது. வீட்டு விலக்குத் தீர்ந்ததும், நான்காவது நாள் சில மணி காலம் பச்சைத் தண்ணீரில் இருப்பதால் தேகத்தின் உஷ்ணம் குறையும். குளிக்கும்போது இவ்வளவு முழுக்குகள் போட வேணும் என்று நம் பெரியவர்கள் செய்திருப்பது நல்ல புத்திசாலித்தனமே! ஆனால் இப்பொழுது பட்டணங்களில் சுத்தமான அருவி குளம் ஒன்றும் அமைக்கப்படுவதில்லை. அழுக்குத் தண்ணீரில் குளித்து நோய் வாயில் விழுவதைவிடக் குழாயடியில் குளிப்பது நல்லது. வெள்ளைக்காரர்கள் அகலமான தொட்டியில் நீர் நிரப்பிச் சிறிது நேரம் அதில் உட்காருகிறார்கள். நாமும் அப்படிச் செய்யலாம். இந்த ஊரில் நல்ல குளங்கள் வேண்டியவை இருக்கின்றன. நீங்கள் குஷியாகக் குளிக்கலாம்.... யதுகிரி, உன் தம்பி வலிமை மைந்தன் எப்படி இருக்கிறான்?

நான்: என் தம்பி சௌக்கியமாய்த்தான் இருக்கிறான். ஆனால் நீர் சொல்வது புரியவில்லை.

பாரதி: செல்லம்மாள் சொன்னாள், புயற்காற்று அடித்த சமயம் உன் தம்பி ஜனித்தானாம். அதனால் அவனை நான் வலிமை மைந்தன், காற்றின் மகன் என்று அழைக்கிறேன்.

நான்: உம் வாக்கின்படி அவன் காற்றின் மகனாகவே நூறு வருஷம் இருக்கட்டும். க்ஷேமமாக இருக்கிறான்.

பாரதி: உன் குழந்தையை நினைத்துச் சதா அழாதே, யதுகிரி, சக்தியுடன் மன்றாடு. விடியற்காலையில் குளித்து சக்தி ஜபம் செய். உனக்கு நன்மையாகும். சின்ன வயதிலேயே கிழவிபோல் புலம்பாதே. கீதை படித்ததன் பயன் என்ன? கைதுப்பியதை மன்றாடிப் பெறுவதுதான் தீரத்தனம். புலம்புவது கையிலாகாதவர் வேலை. உனக்கு வந்தால் தெரியும் என்று உனக்குச் சொல்ல உரிமை உண்டு. ஆனால் மறுகி மறுகிக் கரைவது நல்லதல்ல. மனத்தைத் திடப்படுத்த வேணும்.

செல்: நீங்கள் புருஷர்கள். பெற்ற வயிறு துடிக்கும்போது கீதையும் வேதாந்தமும் என்ன செய்யும்? அவள் என்ன சக்தியை மன்றாடி ஜபம் செய்தாலும் கைக்கு வந்து இறந்த குழந்தை வருமா? சங்கடம் போகுமா?

பாரதி: நம் கடமையை நாம் செய்தால் தெய்வம் எந்த வழியைக் காட்டுகிறதோ, அதே நம் வழியென்று நாம் திடப்படுத்திக் கொள்ள வேணும். மீறும் வரையில் கைச்சக்திக்கு மீறிச் செய்யலாம். மீறிவிட்டால் அதோடு நாம் மடிவது முட்டாள்தனம். துக்கம் வந்தபோது அழுதுதான் குறைய வேணும். ஆனால் எப்போதும் அழுது அழுது முகத்தின் ஒளியைப் போக்கடித்துக் கொள்வது தப்பு. துக்கத்தில் தனக்கு மேலானவர்களைப் பார்த்துத் தேறு என்பது பொன் எழுத்தில்

பொறிக்க வேண்டிய நீதி மொழி. சிலர் சின்ன வயதில் பல கஷ்டத்தில், துக்கத்தில் உழலுகிறார்கள். சிலர் கிழ வயதில் பல கஷ்டங்களில் உழலுகிறார்கள். இனி யதுகிரிக்கு எடுத்ததெல்லாம் ஜயம் என்று வைத்துக்கொள். நினைத்து நினைத்து ஏங்காதே, வரும் நன்மைகளை எதிர்நோக்கி ஜபம் செய்.

இப்படிச் சொல்லிவிட்டு, "பாப்பா, தங்கம்மா பெரியவளான தினம் செய்த பாட்டைப் பாடிக் காண்பிக்கலாம்" என்று அந்தப் பாட்டின் குறிப்பை என்னிடம் கொடுத்து வீட்டுப் பின் வருமாறு பாடினார்.

	*இந்த தெய்வம் இனிக்கவலைக்	நமக்கநுகூலம் கிடமில்லை	(இந்த)
1.	மந்திரங்களைச் வையகத்தினை அந்தத் தெய்வம் ஆக்க முண்டென்	சோதனை செய்தால் ஆள்வது. தெய்வம் கதியென்றிருப்பீர் றனைத்துமுரைக்கும்	(இந்த)
2.	மரத்தின் வேரில் வயிற்றினிலே தரத்திலொத்த சக்தியொன்றிலோ	அதற்குணவுண்டு கருவுக்குணவுண்டு தருமங்களுண்டு முக்தியுண்டு	(இந்த)
3.	உலகமே உடலாய் உயிரதாகி இலரும் வானொளி எங்கனும்	அதற்குள்ளே விளங்கிடுந் தெய்வம் போலறிவாகி பரந்திடும் தெய்வம்	(இந்த)
4.	செய்கை யாவும் சிந்தை யாவும் உய்கை கொண்டதன் உணர்வு கொண்டவர்	தெய்வத்தின் செய்கை தெய்வத்தின் சிந்தை நாமத்தைக் கூறின் தேவர்களாவர்	(இந்த)
5.	நோயில்லை நோன்பிழைப்பதிலே	வறுமையில்லை துன்பமில்லை	

	தாயுந் தந்தையும் தகுதியும் பயனும்	தோழனுமாகித் தரும் தெய்வம்	(இந்த)
6.	அச்சமில்லை அன்பும் இன்பமும் மிச்சமில்லை வெற்றியுண்டு	மயங்குவதில்லை மேன்மையும் உண்டு பழந்துயர் குப்பை விரைவினில் உண்டு	

இந்தத் தெய்வம் நமக்கநுகூலம்
இனிமனக் கவலைக் கிடமில்லை.

அடிக்குறிப்புகள்

* இந்தப் பாடல் பாரதியாரின் காவியம், வசனம், கட்டுரை எந்தநூல் தொகுதியிலும் இதுவரை வெளியாகவில்லை.

– பதிப்பாசிரியன்

23
உபந்நியாசம்

காளயுக்தி வருஷம் சித்திரை மாதம் ஒரு வெள்ளிக்கிழமை தினம் பாரதியார் தம் வீட்டில் ஒரு சின்னக் கூட்டம்* ஏற்படுத்தினார். தெரிந்த சில பெண்களை வரும்படி ஆளிடம் சொல்லியனுப்பினார்.

முதலில் பாரதியார் 'வந்தே மாதரம்' பாடினார். பிறகு பெண்கள் விடுதலைக் கும்மி. பின்னர் எங்களிடம், "உங்களுக்குத் தெரிந்ததைச் சொல்லுங்கள்' என்றார். நான் 'முயற்சியின் பயன்' என்னும் சிறு உபந்நியாசம் செய்தேன். பாரதியார் இதைத் தமது வியாசத்துடன் 'சுதேசமித்திரனில்' வெளியாக்கினார்.

அந்த நாட்களில் எங்கள் குடும்பங்களில் இங்கிலீஷ் பத்திரிகைகள் வருமே தவிர தமிழ்ப் பத்திரிகைகள் வரவழைப்பதில்லை. ஜட்ஜ் வேலையில் இருந்த எங்கள் பந்துவான எம்.ஓ. பார்த்தசாரதி ஐயங்கார் வீட்டில்தான் 'சுதேசமித்திரன்' வரும். அவர்கள் வீட்டுப்பெண்கள் கட்டுரையைப் படித்து விட்டு என் பாட்டியாரிடம் வந்து, "உலகம் முழுகிப் போய் விட்டது!'' என்று கூக்குரலிட்டார்களாம். திருவல்லிக்கேணியில் எங்கள் ஜனங்கள் எங்கே சேர்ந்தாலும் இதே பேச்சுத்தானாம்!

மறுவாரம் ஐயர் வீட்டில் திருவள்ளுவர் தினம் கொண்டாடப்பட்டது. ஏழைக்கு அன்னம் போட்டார்கள். செல்லம்மா, பாக்கியலஷ்மி அம்மாள் இருவருமாகச் சமைத்து வேலையை நடத்தினார்கள். ஐயர் திருவள்ளுவர் வாழ்க்கைக் கதையில் சில பாகங்கள் சொன்னார். பாரதியார் வழக்கம்போல் சில பாடல்கள் பாடினார். நான், 'பெண்களின் முன்னேற்றம், என்பது பற்றி உபந்நியாசம் செய்தேன். அதில் காந்தியடிகளின் சில வாக்கியங்களையும் சத்தியாக்கிரக விஷயங்களையும் எடுத்துச் சொல்லிப் பெண்களின் முன்னேற்றத்திற்குப் பெண்களே தடை என்று சொல்லியிருந்தேன். இதனால் பெரிய பாட்டிமார்களுக்கு அளவில்லாத கோபம் வந்துவிட்டது.

இப்பொழுது பாரதியாரின் கட்டுரைத் தொகுதியில், இதுவும் வெளிவந்திருப்பதாக என் தகப்பனார் சொன்னார்.

இரண்டு முறை என் உபந்நியாசங்கள் பத்திரிகையில், வெளியானதும் என் பாட்டியார், பெரிய அத்தை, இரண்டாவது அத்தையின் பெண் எல்லோரும் வந்தார்கள். என் பெரிய அத்தை இதுமாதிரி சீர்திருத்த உபந்நியாசம் செய்வதை நிறுத்திவிட வேணுமென்றும், அதனால்

திருவல்லிக்கேணியில் தங்களால் தலைகாட்ட முடிவதில்லை என்று கூறி, சீர்திருத்தப் பிரசங்கம் செய்ததைப் பெரிய குற்றமாகக் கருதி என் தகப்பனாரிடம் வாதித்து, முடிவில் அதை நிறுத்தியும் விட்டார்கள்.

மறுவாரம் பாரதியார் அழைத்தபோது என் பாட்டியார், அத்தை எல்லோரும் வந்திருந்தார்கள். எனக்குப் பதில் அத்தையே உபந்நியாசம் செய்தார். அதில் பெண்களுக்கு இங்கிலீஷ் கூடாது என்றும், வீட்டில் அடங்கி வேலை செய்து கொண்டிருப்பதே பெண்களுக்கு ஏற்றது என்றும் சொன்னார். அதற்குப் பதிலாக பாரதியார் சில நீதி வாக்கியங்களைச் சொல்லி இதில் ஒரு தப்பிதமும் இல்லை என்று சமாதானம் சொன்னார். ஆனால் அவர்கள் ஒப்பவில்லை. அத்துடன், அத்தை செய்த உபந்நியாசத்தைப் பத்திரிகைகளில் பாரதி பிரசுரிக்கக் கூடாது என்றும் சொன்னார்கள்.

இருந்தபோதிலும், தமது கட்டுரைகளில் வேடிக்கையாகச் சிற்சில இடங்களில், அத்தையின் உபந்நியாசத்தை அவரது பெயர் குறிப்பிடாமல் கையாண்டு காட்டியிருக்கிறார் பாரதியார்.

அடிக்குறிப்புகள்

பாரதி நூல்களில் கட்டுரை என்ற தொகுதியில் 'மாதர்' என்ற பகுதியில் பெண்கள் சம்பாஷணைகள் கூட்டம் என்ற கட்டுரையைப் பார்க்க.

- பதிப்பாசிரியன்

24

வன்தாளிணை வணங்கி

முருகேசம்பிள்ளையின் மகன் ராஜா பகதூர் பாரீஸில் இஞ்சினீயருக்குப் படித்து முடித்துத் திரும்பி வருவதாகச் செல்லம்மா சொன்னார். அப்போது யுத்தம் வெகு மும்முரமாக நடந்து வந்தது. படிப்பில் தேறி ஜயத்துடன் வரும் மகனை எதிர்கொள்ளத் தாயும் தகப்பனும் பலவித விதரணைகள் செய்திருந்தார்கள். வீட்டைக் கல்யாண வீடு போல் தளிர்த்தோரணங்களால் அலங்கரித்திருந்தார்கள். பந்து மித்திரர்களுக்கெல்லாம் அழைப்பு அனுப்பியிருந்தார்கள். பாரதியார் வீட்டில் எல்லோரையும் அவன் வரும் வேளையில் அங்கே இருக்கும்படிக்கு அழைத்துச் சென்றிருந்தார்கள். எல்லா ஏற்பாடுகளும் வெகு தடபுடலாகச் செய்திருந்தார்கள்.

எந்த விஷயத்திலும் அநேகமாக நாம் நினைப்பது ஒன்றும் தெய்வம் நடத்துவது ஒன்றுமாகத்தான் இருக்கிறது. முருகேசம்பிள்ளை விஷயத்திலே அப்படித்தான் ஆயிற்று. எந்த நாளை அவர் தம் வாழ்க்கையில் மிகச் சந்தோஷமான நாளாகக் கருதினாரோ, அதேநாள் அவருடைய வாழ்க்கையில் மிகத் துக்ககரமான நாளாக ஆகிவிட்டது. ராஜாபகதூரை வரவேற்க எல்லோரும் மிகக் குதூகலத்தோடு காத்துக் கொண்டிருக்கையில் ராஜாபகதூருக்குப் பதிலாகத் தந்தி ஒன்று வந்து சேர்ந்தது. ராஜாபகதூர் வந்து கொண்டிருந்த கப்பல் ஜர்மன் குண்டுகளால் தாக்கப்பட்டுச் சுக்கல் சுக்கலாகப் போய்விட்டது என்று அந்தத் தந்தி அறிவித்தது.

தந்தியைப் படித்ததும் முருகேசம்பிள்ளை மூர்ச்சை போட்டு விழுந்தார். வெகு நேரத்திற்குப் பின் மூர்ச்சை தெளிந்தது; ஆனால் தரையில் விழுந்தவர் எழுந்திருக்கவே இல்லை. உடைந்த உள்ளம் தேகத்தையும் உடைத்துவிட்டது, கதறினார்; புலம்பினார்; அழுதார்; அரற்றினார். யார் என்ன தேற்றியும் அவர் சமாதானம் அடையவே இல்லை.

பாரதியார் அவர் அருகே அமர்ந்திருந்தார். முருகேசம் பிள்ளையின் நிலையும் புலம்பலும் தசரதனின் நிலையை ஒத்திருக்கின்றன என்றார். ராஜாபகதூர் தவழ்ந்து விளையாடியதையும், மழலை பேசியதையும் அவனது புத்திக்கூர்மையையும் சொல்லிச் சொல்லி அரற்றினார் முருகேசம் பிள்ளை. கருவுற்றிருக்கும் ஸ்திரீகள் மீது சூரிய கிரணம் பட்டால் கருவில் உள்ள குழந்தை பலமுடையதாக இருக்கும் என்று

யாரோ ஒரு பெரியவர் சொன்னாராம். அதைச் செவியுற்ற முருகேசம் பிள்ளையார் தடுத்தும் கேளாமல் அண்ணியம்மாளை அழைத்துப் போய் ஒரு திட்டின் மீது சில மணிகாலம் இருக்கும்படி செய்வாராம். அண்ணியம்மாள் அதையெல்லாம் சொல்லிப் புலம்பி அழுதாள்.

பாரதியார் அந்தத் தம்பதிகளைச் சமாதானப்படுத்த வெகு பாடுபட்டார். இந்திரஜித்தன் இறந்தபோது மண்டோதரி புலம்பிய கம்ப ராமாயணச் செய்யுள்களையும்' குலசேகராழ்வார் பாடிய, 'வன் தாளிணை வணங்கி' என்ற தசரதன் புலம்பலையும் தேவகி புலம்பிய 'ஆலதன் கரும்பன்னவன் தாலோ' என்பதையும், உள்ளம் உருகப் பாடினார். இவற்றைக் கேட்டுத் தம்பதிகள் சற்று நேரம் பேசாமல் இருந்து மறுபடி புலம்பத் தொடங்கினர். முருகேசம்பிள்ளைக்கு ஏற்கனவே ஏதோ நோய் இருந்ததாம். அத்துடன் இதுவும் சேரவே மருந்து முதலிய சிகிச்சைகள் பலன் தரவில்லை, பிழைப்பது கஷ்டம் என்று டாக்டர் சொல்லி விட்டார். அடிக்கடி, "ராஜா பகதூர் வந்தானா? வந்து விட்டானா?" என்று கேட்டபடி இருந்தார்.

பக்கத்தில் இருந்தவர்கள் கூடி யோசனை செய்து அவர் சாகும்போதாவது அமைதியாகச் சாகட்டும் என்று ராஜாபகதூர் விபத்திலிருந்து தப்பிப் பிழைத்து விட்டதாகவும் அடுத்த வாரம் வந்து சேருவதாகவும், பொய்த் தந்தி தயாரித்து அதை அரவிந்தரிடம் கொடுத்து அவரைக் கொண்டு முருகேசம்பிள்ளையைத் தேற்ற ஏற்பாடு செய்தார்கள். அரவிந்தர் தம் வீட்டை விட்டு வெளிவருவதில்லை. முருகேசம்பிள்ளையின் பரிதாபகரமான நிலைமையை உத்தேசித்துத் தம்மால் ஆனதைச் செய்ய முன்வந்தார். ஆனால் முருகேசம் பிள்ளை இந்தக் கூற்றை நம்பவில்லை அரவிந்தர் கூறியதையெல்லாம் அமைதியாகக் கேட்டுக் கொண்டிருந்தார். பிறகு நிதானமாக, "நீங்கள் காண்பித்த தந்தியில் உள்ள செய்தி உண்மையாகவே இருக்கலாம். ஆனால் என்னுள்ளிருக்கும் ஆத்மா அதை நம்பமாட்டேன் என்கிறதே கைக்கு வந்தது, வாய்க்கு வந்தது என்று எண்ணியது எங்கோ போய்விட்டது போல் மனம் துடிக்கிறது. எனக்காகச் சிரமம் எடுத்துக் கொண்ட உங்களுக்கு நான் என்ன கைம்மாறு செய்யப் போகிறேன்?" என்றார்.

அந்த முயற்சி பலன் தரவில்லை என்றதும் வேறு முயற்சி செய்தார்கள். ராஜாபகதூரின் சாயலாக உள்ள ஒருவருக்கு ஆங்கில உடைகள் போட்டு, "இதோ ராஜாபகதூர் கப்பலிலிருந்து இறங்கி நேராக வந்திருக்கிறான்" என்று கூறிப் பொய் நாடகம் நடித்தார்கள். முருகேசம்பிள்ளைக்கு இதற்குள் வாயடைத்துவிட்டது. கண்களைப் பெரிதாகத் திறந்து ராஜாபகதூர் என்று குறிப்பிட்டவரைக் கூர்ந்து நோக்கினார். முகத்தில் அதிருப்தியும் அவநம்பிக்கையும் தோன்ற மறுபுறம் புரண்டு படுத்தார். சற்று நேரத்தில் துடிதுடித்துக் கொண்டிருந்த உயிர் உடலை விட்டுப் போய் விட்டது.

பெரியோர் வாக்குப் பொய்யாகாமல், தந்தையின் வேண்டுகோளைக் கடவுள் ஏற்றுக் கொண்டது போல் முருகேசம்பிள்ளை இறந்து 27ஆம் நாள் ராஜாபகதூர் சௌக்கியமாக வந்து சேர்ந்தான். உடைந்த கப்பலின் கட்டை ஒன்றைப் பற்றிக் கொண்டு ஒரு திட்டை அடைந்து வேறு கப்பலில் வந்தானாம். எல்லோரும் துக்கத்துடன் அவனை வரவேற்றார்கள். அவன் தந்தையின் அந்திய நிலையைச் சொல்லிச் சொல்லி அழுதார்கள்.

பாரதியார், "முருகேசம்பிள்ளை மகனுக்காகத் தம் உயிரைக் கொடுத்தார். அவர் இருந்திருந்தால் இவன் வருவானோ மாட்டானோ" என்றார்.

25

வெளியேற்றம்

நான் புதுவையிலிருந்த சமயம், செல்லம்மா தம் தம்பிக்குக் கல்யாணம் என்று முன்னேற்பாடுகளுக்காகத் தமது சொந்த ஊரான கடையத்துக்குப் போய் வந்தார். அவர் போயிருந்த ஒரு மாதமும் பாரதி மௌன விரதம் அனுஷ்டித்தார். எங்கள் வீட்டுக்கும் வருவதில்லை; நானும் முன்போல் போக முடியவில்லை.

செல்லம்மா திரும்பி வந்த சில தினங்களுக்குள் அவரது தகப்பனார் இறந்துவிட்டதாகத் தந்தி வந்தது. அப்பொழுது தங்கம்மா, சகுந்தலா இருவரையும் புதுவையிலேயே விட்டு விட்டுச் செல்லம்மா மட்டும் கடையம் போனார். குழந்தைகள் எங்களுடன் விளையாடிக் கொண்டிருக்கும்.

செல்லம்மா சில தினங்களிலே திரும்பி வந்து விட்டார். ஆனால், வந்தது முதல் புதுச்சேரியை விட்டு பிரிட்டிஷ் இந்தியாவிற்குப் போய் விட வேண்டும் என்ற ஆசை அவருக்கு அதிகமாக இருந்தது. சொந்த ஊரை விட்டு வந்து இங்கே இப்படிக் கஷ்டப்படுவானேன் என்று உறவினர்களும் தூண்டினார்கள். பாரதியாருக்கும் புதுச்சேரி அலுத்திருந்தது. ஆனால் அவர் திரும்புவதில் இருந்த இக்கட்டுகள் பல.

பாரதியைத் தூண்டுவதற்காக அவரது தம்பி, தங்கை முதலியவர்களைக் கொண்டு அவருக்குக் கடிதம் எழுதும்படி செய்தார். அதற்கும் பாரதி அசையவில்லை. பாரதியைத் தனியே விட்டுச் செல்ல மனமில்லாமல் செல்லம்மாவும் இருந்து வந்தார்.

புரட்டாசி மாதம் என் குழந்தையைப் பார்க்கச் செல்லம்மா எங்கள் வீட்டுக்கு வந்திருந்தார். அப்போது, “இனி இங்கிருப்பது சாத்தியமில்லை,” என்றார். எப்படிப் போகிறோம் என்பதைச் சொல்லவில்லை. பாரதியார் போவாரென்று நாங்கள் நம்பவில்லை. அவர் புதுவையை விட்டு வெளியே வந்தால் சிறைவாசம் நிச்சயம் என்பது எங்களுக்குத் தெரியும்.

தாம் மாடியின் மேல் இருக்கும்போது செல்லம்மா குழந்தைகளை அழைத்துக் கொண்டு முக்கியமான சாமான்களை எடுத்துக்கொண்டு கடையத்துக்குக் கிளம்பிப் போனார் என்றும், தாம் வேண்டாம் என்று சொன்னபோதும் கேட்காமல் போய்விட்டதாகவும், தாம் இனி வேறு விவாகம் செய்து கொள்ளப் போவதாகவும் மறுநாள் காலையில் பாரதியார் சொன்னார்.

ஆனால் ஒரு வாரத்தில் செல்லம்மா தம் தமையனார் அப்பாதுரையுடன் திரும்பி வந்துவிட்டார்.

ஐப்பசி மாதம் சுமார் பதினைந்து தேதியிருக்கும். பாரதி, செல்லம்மா, அப்பாதுரை மூவருமாக வில்லியனூர் பக்கம் போனார்களாம். வில்லியனூர் தாண்டியதும் போலீஸார் பாரதியாரைப் பிடித்துக் கடலூர் ஜெயிலில் சேர்த்தார்களாம்.

செல்லம்மாவும், அப்பாதுரையும் திரும்பி வந்து, புதுவை வீட்டைக் காலிசெய்து, பாக்கிகளைத் தீர்த்து, குழந்தைகளுடன் கடையம் போய்ச் சேர்ந்தார்கள்.

கடலூர் ஜெயிலிலிருந்த பாரதியார் சில நாட்களில் விடுதலையானார். உடனே நேராகப் பட்டணத்துக்கு வந்து எங்கள் வீட்டில் சில தினங்கள் தங்கினார். அப்போது சென்னைக் கடற்கரையில் சில பிரசங்கங்களும் செய்தார்.

அவருடைய பந்துக்களில் சிலர் அவரைக் கட்டாயப்படுத்தி கடையத்தில் தனியாக வீடு ஏற்பாடு செய்து, அதில் அவரை இருக்கும்படி செய்து வழிக்குக் கொண்டுவர வேண்டும் என்று பெரும் பிரயத்தனம் செய்தார்களாம். பலிக்கவில்லை.

இதன்பின் சுமார் ஒன்றரை வருஷகாலம் பாரதியாருடைய விஷயங்கள் எனக்குத் தெரியா. 'சுதேசமித்திர'னில் அவருடைய வியாசம் ஏதாவது வந்திருக்கிறதா என்று பார்ப்பேன்; பாக்கி விஷயம் ஏதும் தெரியாது.

26

இறுதி

ரௌத்திரி வருஷம் சித்திரை மாதம் புதுவையிலிருந்து ஐயர், ஐயா (என் தகப்பனார்), எல்லோரும் வந்தார்கள், யுத்தம் நின்றவுடன் இவர்களுக்கும் 'விடுதலை' கிடைத்தது. ஐயருக்கு விடுதலை வரும்வரை தாம் புதுவையிலேயே இருப்பதாக என் தகப்பனார் முடிவு செய்திருந்தார். இப்போது இருவரும் புதுவையை விட்டு வெளியேறினார்கள். அரவிந்தர் ஒருவரே புதுவையில் தங்கினார்.

கொஞ்சநாளைக்கெல்லாம் புதுவை மூவரான பாரதி, ஐயர், ஆச்சாரியார் (என் தந்தை) மூவரும் மறுபடி சென்னையில் ஒரே ஊரில் வாழ்ந்து வந்தார்கள். பாரதியார் 'சுதேசமித்திரன்' காரியாலயத்திலும், ஐயர் 'தேச பக்தன்' காரியாலயத்திலும் என் தந்தை தாம் முன்பு செய்து கொண்டிருந்த வியாபாரத்திலும் ஈடுபடலானார்கள்.

ஐப்பசி மாதக் கடைசியில் நான் மைசூரிலிருந்து சென்னைக்கு வந்திருந்தேன். அப்போது செல்லம்மாவும் ஐயரது மனைவி பாக்கியலஷ்மி அம்மாளும் என்னைப் பார்க்க வந்தார்கள். ஐயர் அச்சமயம் ஜார்ஜ்டவுனில் இருந்து வந்தாக நினைவு. பாரதியார் திருவல்லிக்கேணி துளசிங்கப் பெருமாள் கோவில் வீதியில் இருந்தார். எங்கள் வீடு கோயிலின் வடபுறமுள்ள பேயாழ்வார் கோயில் தெருவில் கோயில் முன்வாசல் முன்மண்டபத்துக்கு எதிரே இருந்தது.

பாரதியார் தம் வீட்டில் காலை ஏழு மணி முதல் ஒன்பது மணி வரைதான் இருப்பார். பிறகு காரியாலயம் போய்விடுவார். சிற்சில நாட்களில் மட்டும் இடைவேளைகளில் வந்து போவார்.

அந்த நாளில் சென்னையில் ஹிந்திப் பிரசாரம் ஆரம்பமாகியிருந்தது. எங்கள் வீட்டு மாடியில், மகாத்மா காந்தியின் புதல்வர் தேவதாஸ் காந்தி எல்லோருக்கும் ஹிந்தியும் தேசியப்பாடல்களும் கற்றுக் கொடுத்து வந்தார். நன்றாக ஹிந்தி அறிந்த பாரதியாரும் இதில் கலந்து கொள்வார். மூன்றுமாதக் குழந்தை கைகால்களை ஆட்டி ஆவ், ஆவ் என்னும்போது, பாரதியார், "ஆவோ, ஆவோ, ஆவோ, ஸகலபாரத குமார்" என்று பாடுவார். "சின்னக் குழந்தை எல்லாரையும் அழைத்து ஒன்றாக இருக்கும்படி சொல்லுகிறது. நமது மூடத்தனம், நாம் கவனிப்பதில்லை" என்பார்.

அப்போது நாட்டு அரசியலும் கொந்தளிப்பாக இருந்தது. அலி சகோதரர்கள் சென்னை வரும் வழியில் கைது செய்யப்பட்டிருந்தார்கள். அவர்களது தாய் ஒரு வீராங்கனை. அவர் சென்னைக்கு வந்து

கடற்கரைப் பொதுக்கூட்டத்தில் பேசினார். அவர் பேசி முடிந்து கூட்டம் கலையும் சமயம் பாரதி மேடை மேல் ஏறி 'ஜய பேரிகை கொட்டடா!' என்று பாடத் தொடங்கினார். கலைந்த கூட்டம் பன்மடங்கு அதிகமாய்க் கூடிவிட்டது. அந்தக் காலத்துப் பொதுமக்களுக்குப் பாரதி பாட்டென்றால், பாரதி பேச்சென்றால் உயிர். அவரது குரலிலும் பாட்டிலும் அவ்வளவு கவர்ச்சி இருந்தது. அன்று பாரதியார் பேரிகையின் ஓசையைப் போல் வாயினால் சப்தித்தும் தமது பாட்டாலும் மக்களை மகிழ்வித்தார்.

நான் சென்னையில் இருந்த சமயம் எப்போதாவது பேச்சு நடுவே, "இரண்டும் பெண் குழந்தைகள். கையில் வந்த பிள்ளைக் குழந்தையோ போய்விட்டது" என்று சலித்துக் கொள்வதைப் பாரதி கேட்டுவிட்டால் போதும், 'பெண் குழந்தைகளுக்குதான் வாத்ஸல்யம் அதிகம், யதுகிரி. புதுச்சேரியில் விளையாடின நீ என்னை இன்னும் அப்படியே காண்கிறாய். ஆனால் உன் அண்ணன் சாமிக்கு சம்சாரக் கவலை; உன்னைப் போல என்னிடம் பேச ஒழிவதில்லை" என்பார்.

நான் யுகாதி வரை சென்னைப்பட்டணத்தில் இருந்தேன். பாரதியார் தினம் எங்கள் வீட்டுக்கு வருவார். செல்லம்மா, தங்கம்மா, சகுந்தலா அடிக்கடி வருவார்கள். நாங்களும் அடிக்கடி போவோம்.

சித்திரை மாதம் புறப்படுகிற தினம் காலையில் பாரதியார் வந்திருந்தார். க்ஷேம லாபங்களை விசாரித்து விட்டு, எங்கள் வீட்டு வாசலிலே முக க்ஷவரம் செய்து கொண்டார். "இன்று க்ஷவரத்துக்கு நாள் நன்றாகயில்லை என்று செல்லம்மா தடுத்தாள். அதற்காக இங்கே செய்து கொண்டேன்" என்றார்.

அன்று சாயங்காலம் ஆறுமணிக்கு பாரதி மறுபடி வந்தார். நான் நமஸ்கரித்து, "எங்கள் ஊர்ப்பக்கம் (பங்களூருக்கு) நீங்கள் வருவதில்லையா?" என்று கேட்டேன். அவர், "எனக்குப் பங்களூரில் என்ன அம்மா காரியம்? போய்வா அம்மா, நீ மறுபடி வரும்போது நான் எந்த ஊரில் இருப்பேனோ! உன்னை மறுபடி பார்த்துவிட்டுப் போகலாம் என்று வந்தேன்" என்றார். அதுவே அவரை நான் கண்ட கடைசித் தடவை!

நான் மைசூரில் இருந்தேன். என் தாயிடமிருந்து ஒரு கடிதம் வந்தது. அதில், 'பாரதியார் இறந்துவிட்டார்' என்ற செய்தி இருந்தது. முதலில் நான் நம்பவில்லை. மறுபடியும் என் தகப்பனாரே விவரமாக எழுதியிருந்தார்.

விதி முடிந்து விட்டது! தமிழ்நாட்டின் அதிருஷ்டம் அவ்வளவுதான்!

1923-ஆம் வருஷம் நான் மறுபடி சென்னை வந்திருந்தேன். செல்லம்மா, தங்கம்மா, சகுந்தலா மூவரும் என்னைப் பார்க்க வந்திருந்தார்கள். அவர்களைக் காண எனக்கு வருத்தமாயிருந்தது.

செல்லம்மாள், 'யதுகிரி, அவர் பிராணன் போகுமுன் கூட, செல்லம்மா, யதுகிரி எங்கே இருக்கிறாள்?' என்று விசாரித்தார். நீ மைசூரில் இருப்பதாகச் சொன்னேன். 'எவ்வளவு குழந்தைகள்'? என்று கேட்டார். 'நம்மைப்போல் இரண்டு பெண்கள் என்றேன். உன்னைப் பார்க்க வேண்டும் போல் இருப்பதாகச் சொல்லிவிட்டு, 'அவள் இப்போது எங்கே வருவாள்? எங்காவது நன்றாக இருக்கட்டும்... காலை சீக்கிரம் சமைத்துவிடு, எட்டு மணிக்கெல்லாம் ஆபீசுக்குப் போக வேணும் என்றார். இதெல்லாம் சொன்ன ஒரு மணிநேரத்துக்கெல்லாம் உயிர் போய்விட்டது. என்ன செய்வேன்! அதுவும் ஒரு கூத்தாகிவிட்டது.....!" என்றார்.

பற்பல ஆண்டுகளாய், எண்ணற்ற இன்னல்களுக்கிடையே பல பெரியார்கள் - திலகர், பாரதி, சிதம்பரம் பிள்ளை, வ.வே.சு. ஐயர் முதலிய எண்ணற்ற தேசபக்தர்கள் அமைத்த அஸ்திவாரத்தின் மீது நமது சுதந்திர மாளிகை மிளிர்வதை இன்று நாம் காண்கிறோம்.

பாரதியாரை, எப்போதும் தன்னையறியாததோர் சக்தி தூண்டும். அவர் பாடும்போது கவிதை தங்கு தடையில்லாமல் கோவையாக வந்து கொட்டும். தாம் செய்த கவிதைகளைக் கண்டு சில சமயம் தாமே அதிசயப்படுவார் அவர். பதம், நடை, இலக்கணம், எதுகை, மோனை என்பவைகளைத் தேடித் தேடி அமைக்கும் கஷ்டம் அவருக்கு இருக்கவில்லை. அவர் ஒரு வரகவி.

பாரதியார் பலசமயம் தம்மைத் தாமே பல கேள்விகள் கேட்டுக் கொள்வார். சில வேளை நான்கூட அதைக் கண்டு பிரமிப்பதுண்டு. வேறு சமயங்களில், "சமுத்திரக் கரையில் யாரோடு பேசினீர்?" என்றால் "பராசக்தியோடு கடலோடு!" என்று சிரிப்பார். அப்போதெல்லாம் எனக்கு அவர் வார்த்தையின் பொருள் தெரியாது. ஒரு சிறந்த கவிதை வெளிவர வேண்டுமானால் மனிதன் எவ்வளவு தவம் செய்ய வேண்டும், மனத்தை எப்படிப் பக்குவம் செய்துகொள்ள வேண்டும் என்பதற்கு பாரதி சிறந்த உதாரண புருஷர்! அத்தகைய கவிகள் பல நூற்றாண்டுகளுக்கொரு முறையே தோன்றுவர்! அப்படிப்பட்ட மகான்களைப் பெற்றெடுக்கும் சமூகம் பாக்கியம் செய்த சமூகமே!

■

www.ingramcontent.com/pod-product-compliance
Lightning Source LLC
LaVergne TN
LVHW040816051026
849519LV00007BA/2651